கப்பலோட்டிய தமிழன்

D1771638

சிலம்புச் செல்வர்

டாக்டர் ம.பொ.சிவஞானம்

We Can Books

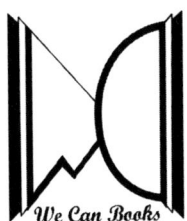

கப்பலோட்டிய தமிழன்

டாக்டர் ம.பொ.சிவஞானம்

முதற் பதிப்பு: மே 2025

அட்டை வடிவமைப்பு: தனலட்சுமி விஸ்வநாதன்

வி கேன் புக்ஸ் வெளியீட்டு எண்: 41

(Imprint of WE CAN SHOPPING)

வி கேன் புக்ஸ் (அலுவலகம்)
3A, டாக்டர் ராம் தெரு, நெல்வயல் நகர்,
பெரம்பூர், சென்னை - 600 011.
செல்: 9003267399

வி கேன் புக்ஸ் (Show Room)
Flat No.3 (Ground Floor),
Meenakshi Sundaram Flats
Old Door No.11, New Door No. 33
Sivaji Street, T.Nagar, Chennai - 600 017.
Cell: 9940448599

ISBN: 978-81-968554-5-1

பக்கம்: 96

விலை: ரூ. 110

பொருளடக்கம்

1. கப்பலோட்டிய தமிழன் 5

2. பிள்ளைப் பருவம் 9

3. வாய்மையுள்ள வழக்கறிஞர் 13

4. இல்லற வாழ்க்கை 17

5. சுதேசிக் கப்பல் கம்பெனி 22

6. அரசியல் பிரவேசம் 35

7. சிதம்பரனார் சிறைப்பட்டார் 45

8. "வ.உ.சி.யை வணங்காதே!" 64

9. விடுதலை 74

10. குண நலன்கள் 80

11. மீளாப் பிரிவு 87

12. வ.உ.சி.புகழ் வாழ்க! 91

3

1. கப்பலோட்டிய தமிழன்

தூத்துக்குடியில் வழக்கறிஞர் அரங்கசாமி என்பவர் ஒரு நாள் க்ஷவரஞ் செய்துகொள்ள க்ஷவரத் தொழிலாளி ஒருவரை அழைத்தார். க்ஷவரஞ் செய்துகொண்டிருந்த போது அத்தொழிலாளி, "ஏன் சாமி! கலெக்டர், போலீஸ் பட்டாளத்தை அதிகப்படுத்த வேண்டும் என்றபோது நீங்கள் ஆதரவு காட்டியதாக ஊரார் சொல்லிக் கொள்ளுகிறார்களே, அது உண்மையா?" என்று கேட்டார்.

அடே! அதை நீ ஏன் கேட்கிறாய்? அது உன் வேலையல்ல" என்று அதட்டினார் வழக்கறிஞர்.

"அப்படியானால், உமக்கு சேவகம் செய்வதும் என் வேலையல்ல!" என்று சொல்லிக்கொண்டே கத்தியை மடக்கிப் பெட்டியில் வைத்துக்கொண்டு கடுகி நடந்தார் தொழிலாளி.

பாவம்! வழக்கறிஞர் அரை க்ஷவரத்தோடு அவமானப் பட நேர்ந்தது. எவ்வளவோ கெஞ்சியும் தொழிலாளி திரும்பவில்லை. வேறு க்ஷவரத் தொழிலாளர்களை அழைத்தார்; ஒருவரும் இணங்கவில்லை. உச்சி நேரமாகியும் உணவருந்தியபாடில்லை. வீட்டிற்குள் சென்றால் வைதீகத்திற்கு விரோதமென மனைவி மறுப்பாள்; ஊருக்குள் சென்றால் தேசத் துரோகி என மக்கள் வெறுப்பர். என் செய்வார்! "ஊருடன் பகைக்கின் வேருடன் கெடும்" என்னும் பழமொழி அந்த வழக்கறிஞர்பால் உண்மையாயிற்று.

டாக்டர் ம.பொ.சிவஞானம் ◆ 5

இனி வேறு வழி இல்லையென உணர்ந்து, கலெக்டரிடம் நேரில் சென்று "துரையவர்களே! க்ஷவரத் தொழிலாளர்களெல்லாம் என்னைக் கைவிட்டனர். தாங்கள்தான் தயவு செய்ய வேண்டும். போலீசுக்கு உத்தரவு கொடுத்தால் போதும்" என்று புலம்பினார்.. "அந்த வழிக்கு நான் வரமாட்டேன், என்னை நம்பிப் பயனில்லை" என்று கை விரித்தார் கலெக்டர்.

இந்நிலையில், வழக்கறிஞர் திண்டாடித் தெருவில் அலைந்து பின்னர் ரயிலேறித் திருநெல்வேலிக்குச் சென்று மீதியுள்ள சிகையையும் சிரைத்துக் கொண்டு ஊர் திரும்பினார்.

இது கற்பனை அன்று; உண்மை வரலாறு. இதற்குக் காரணம் மென்ன?

தூத்துக்குடி கோரல் மில் (இப்பொழுது ஹார்வி மில்) தொழிலாளர்கள் தங்கள் கூலி விகிதத்தை உயர்த்த வேண்டுமென்று மில் நிர்வாகிகளிடம் விண்ணப்பித்துக் கொண்டார்கள். நிர்வாகிகள் தொழிலாளர்களின் குறையைத் தீர்க்கச் சம்மதிக்கவில்லை. ஆகவே, தொழிலாளர்கள் ஒன்று திரண்டு ஒருமனப்பட்டு வேலை நிறுத்தஞ் செய்தனர். மெய்வருந்த உழைத்துக் கூலி பெறும் நாட்களிலேயே அரை வயிற்றுக் கஞ்சிக்கும் வழியின்றி அவதிப்படும் ஏழைத் தொழிலாளர்கள் வேலை நிறுத்த நாட்களில் குடும்பத்தைக் காப்ப தெங்ஙனம்? அந்தத் தொழிலாளர்கள் தங்கள் மனைவி மக்களுடன் பட்டினி கிடக்க நேர்ந்தது. இதை அறிந்த ஒரு வீரர் கருணையுடன் முன்வந்து தமக்குத் தெரிந்த வழக்கறிஞர்களின் துணையுடன் பொது மக்களிடம் பணம் வசூலித்து வேலை நிறுத்தஞ் செய்துள்ள தொழிலாளர்களுக்கு உதவி, அவர்களுடைய மனைவி, மக்களைக் காப்பாற்றினார். அந்த வீரரின் வேண்டுகோளுக்கிணங்கி, வேலை நிறுத்தஞ் செய்துள்ள 2000 தொழிலாளர்களில் 1000 பேருக்குத் தூத்துக்குடி நகர மக்கள் தற்காலிகமாக வேறு வேலைகளைக் கொடுத்து ஆதரித்தனர். வேலை நிறுத்த நாட்களில்

நாள்தோறும் பொதுக் கூட்டங்கள் நடை பெறும். அக் கூட்டங்களில் அவ்வீரர் பேசுவார். தொழிலாளர்களின் கோரிக்கைகளுக்கு மில் முதலாளிகள் இணங்கினாலொழிய, பணியக் கூடாதெனப் பறை சாற்றுவார். அவரது உணர்ச்சி மிக்க வீர உரைகளைக் கேட்ட தொழிலாளர்கள் உறுதியும் ஊக்கமுங்கொண்டு வேலை நிறுத்தத்தைத் தொடர்ந்து நடத்தி வந்தனர். இதனால் மில் முதலாளிகள் அவர்மீது சீற்றங் கொண்டனர். அவர் முதலாளிகளைக் கெடுக்க வேண்டுமென்ற கெட்ட எண்ணங்கொண்டு தொழிலாளர்களை வேலை நிறுத்தஞ் செய்யத் தூண்டினார் என்றும், அவரது சொற்பொழிவுகளால் ஊரில் கலக மேற்படுமென்றும் முதலாளிகள் மாஜிஸ்திரேட்டுக்கு மனுச் செய்தனர். மாஜிஸ்திரேட், அத்தொழிலாளர் தலைவரை நேரில் வரவழைத்து, அவரது சொற்பொழிவுகளால் ஊரில் அமைதி குலையுமெனத் தாம் நினைப்பதால் இனி எந்தப் பொதுக்கூட்டத்திலும் பேசக் கூடாதென எச்சரிக்கை செய்தார். மாஜிஸ்திரேட்டின் எச்சரிக்கையை அவ்வீரர் சிறிதும் மதியாது, "அஞ்சுவது யாதொன்றுமில்லை; இனி அஞ்ச வருவது மில்லை" என்ற நெஞ்சுறுதியுடன் தொழிலாளர் கூட்டங்களில் தொடர்ந்து பேசிவந்தார்.

கோரல் மில் வேலை நிறுத்தச் செய்தி மதுரையிலும் பரவியது. கோரல் மில் நிர்வாகத்திற்குட்பட்ட மதுரைப் பஞ்சாலைத் தொழிலாளர்களும் வேலைக்குச் செல்ல மறுத்து விட்டனர். தூத்துக்குடி வேலை நிறுத்தம் ஒரு வாரம் வரை நீடித்தது. கடைசியாக மில் முதலாளிகள் பணிந்து விட்டனர். தொழிலாளர்களின் கூலியை அரைப் பங்கு உயர்த்துவதாகவும், நோய்ப்பட்ட நாட்களில் விடுமுறை தருவதாகவும் முதலாளிகள் வாக்களித்து தொழிலாளர் தலைவருடன் உடன்படிக்கை செய்து கொண்ட பிறகு தொழிலாளர்கள் வழக்கம்போல் வேலைக்குத் திரும்பினர். வேலை நிறுத்த நாட்களில் பொது மக்களின் உணர்ச்சியைக் கண்டு பயந்த தூத்துக்குடி வெள்ளையர்கள் இராக் காலங்களில் நகரிலிருக்க அஞ்சி

பெண்டு, பிள்ளைகளுடன் துறைமுகஞ் சென்று இராப் பொழுதைக் கப்பலிலேயே கழித்து வந்தார்களாம். இந்த விதமாகத் தொழிலாளர்களுக்குத் தலைமை வகித்து ஊரெல்லாம் புரட்சிக் கனலைக் கிளப்பிய அவ்வீரர் யார்? அவர்தான் தேச பக்தர் வ.உ. உ.சிதம்பரம் பிள்ளை.

சிதம்பரம் பிள்ளையின் சொற்பொழிவுகளால் மக்களின் மனதில் நாட்டுப் பற்று பொங்கி யெழுந்ததைக் கண்டு அதிகாரிகள் அச்சங் கொண்டனர். எனவே, கலெக்டர் ஊரிலுள்ள பிரமுகர்களை ஒன்று கூட்டி கலகம் நிகழாமல் தடுக்கவும், மக்கள் ராஜ விசுவாசிகளாக இருக்கவும், என்ன செய்யலாமென்று கலந்து பேசினார். தூத்துக்குடியில் அதிகமான போலீஸ் படையை வைக்க விரும்புவதாகவும் கூறினார். கூட்டத்தில் பெரும்பாலோர் எதிர்த்தனர். ஆனால், வழக்கறிஞர் திரு. அரங்கசாமி என்ற இராஜ விசுவாசி மட்டும் மனப் பூர்வமாக ஆதரித்தார். விசேஷ போலீஸ் படையைத் தருவிக்காவிடில் சிதம்பரம் பிள்ளையின் வீரமிக்க சொற்பொழிவுகளால் ஊரே அழிந்து விடுமென அலறினார். அவரது செய்கையை ஊரார் வெறுத்தனர். அன்று முதல் அவ்வழக்கறிஞர் தூத்துக்குடி மக்களின் பகைவரானார். அதனால்தான் அவருக்கு மேற்கூறிய க்ஷவர மறுப்பு நடந்தது!

இவ்விதம் நாட்டு மக்களின் உணர்ச்சியைத் தூண்டிவிட்டு தமிழ் நாட்டில் தொழிலாளர் இயக்கங் கண்ட சிதம்பரனாரின் வாழ்க்கை வரலாறு தமிழனுக்கு ஒரு மங்காத காவியமாகும்.

2. பிள்ளைப் பருவம்

பாண்டி நாடு என்பது தமிழகத்தின் ஒரு பகுதி. அந்நாடு பண்டை நாளில் சீரெல்லாம் பெற்றுத் திகழ்ந்தது. அறநெறி தவறாத அரசர்களும், போரில் புறங்கொடாத வீரர்களும், பொய்யடிமை யில்லாத புலவர்களும், வாய்மை தவறாத வணிகர்களும் அந்நாட்டில் நிறைந்திருந்தனர்.

வளைந்த செங்கோலைத் தன்னுயிர் கொடுத்து நிமிர்த்திய நெடுஞ்செழியன் ஆட்சி புரிந்ததும், குற்றமற்ற கோவலனைக் கொன்றதற்காகக் கண்ணகி தேவியார் அரசியல் புரட்சி விளைவித்ததும், உலகெலா முணர்ந்த உத்தமப் புலவர்கள் ஒருங்கே அமர்ந்து தமிழ் வளர்த்த சங்கம் திகழ்ந்ததும் அந்தப் பாண்டி நாட்டில்தான். அத்தகைய பழம் பெருமை வாய்ந்த பாண்டிய நாட்டில் திருநெல்வேலி ஜில்லாவில் ஓட்டப் பிடாரம் என்னும் சிற்றூர் ஒன்று உளது. இதற்குத் தென்னளகை என்றும் பெயர். இந்த ஓட்டப்பிடாரத்தில்தான் வெள்ளையருக்கு வரி செலுத்த மறுத்து வீரப்போர் புரிந்த வீரபாண்டியக் கட்ட பொம்மன் தோன்றினான். அவன் அரியாசனத்திலிருந்து ஆட்சி புரிந்த பாஞ்சாலங்குறிச்சியும், ஓட்டப்பிடாரத்திற்கு அடுத்துள்ள ஊராகும். மற்றும், ஓட்டப்பிடாரத்திற்கு வடக்கே சுமார் 8 மைல்களுக்கப்பாலுள்ள எட்டயபுரத்தில் தான் ஏகாதிபத்திய பரணி பாடிய கவியரசர் பாரதியார் தோன்றினார். இவ்வாறு வாழையடி வாழையாக வீரர்களைப் பெற்றெடுக்கும் தென்பாண்டிப் பகுதியான ஓட்டப்பிடாரத்தில், உலகநாத பிள்ளைக்கும் பரமாயி

அம்மையாருக்கும் குமாரராகத் திருவாளர் வ.உ.சிதம்பரனார் 1872ம் ஆண்டு செப்டம்பர் மாதம் 5ம் தேதி வியாழக்கிழமை தோன்றினார். வ.உ.சிதம்பரனாருக்குப் பின் தோன்றினோர் அறுவர். அவர்களில் ஆண் மக்கள் நால்வர்; பெண் மக்கள் இருவர்.

வ.உ.சிதம்பரம், முதன் முதலாகக் கல்வி பயின்றது ஒரு திண்ணைப் பள்ளிக்கூடத்திலேயே. 'விளையும் பயிர் முளையிலேயே தெரியும்' என்பது போல, இளமை யிலேயே இவர் உள்ளத்தில் தமிழ் வித்து ஆழ்ந்து பதிந்து வளரலாயிற்று.ஒரு தமிழ் மகன் கற்க வேண்டிய அத்தனை தமிழ் நூல்களையும் கவனமாகக் கற்பித்தார், திண்ணைப் பள்ளிக்கூட ஆசிரியரான வீரப்பெருமாள் அண்ணாவியார்.

அரிச்சுவடியில் துவங்கி, நன்னெறி, மூதுரை போன்ற ஒழுக்க நூல்கள் பலவற்றையும், பழுதறக் கற்றார் வ.உ. சிதம்பரம். அன்னை மொழியைப் பயில்வித்த பின்னர், ஆங்கில மொழியையும் கற்பிக்க விரும்பினார் சிதம்பரத்தின் தந்தை. ஆனால், ஓட்டப்பிடாரத்தில் அந்நாளில் ஆங்கிலப் பயிற்சிக்கான பள்ளி அமைந்திருக்கவில்லை. செல்வச் சிறப்புடைய உலகநாதபிள்ளை தமது செலவிலேயே ஓட்டப்பிடாரத்தில் புதிய பள்ளி ஒன்றைக் கட்டுவித்தார். எட்டயபுரத்திலிருந்து அறம்வளர்த்த நாதபிள்ளை என்ற அன்பர் ஒருவரைத் தருவித்து அப்பள்ளிக்கு ஆசிரியராக்கினார். சிதம்பரம் ஒருவருக்காகக் கட்டப்பட்ட இந்தப் பள்ளி, ஊரிலுள்ளவர்கள் பலரும் ஆங்கிலங் கற்கப் பயன்படுவதாயிற்று. புதிய பள்ளியில் சில காலம் பயின்ற பின்னர், சிதம்பரம் தூத்துக்குடி சென்று அங்குள்ள செயின்ட் பிரான்சிஸ் சேவியர் உயர்நிலைப் பள்ளியில் தொடர்ந்து படித்து வந்தார். உயிர்நிலைப் பள்ளிப் படிப்பு முடிந்ததும், கால்டுவெல் கல்லூரியில் சேர்ந்து மெட்ரிகுலேஷன் தேர்விலும் வெற்றியடைந்தார். மாணவர் சிதம்பரம் நாட்டுக் கல்வியில் நாட்டமுடையவராதலால் இவருக்கு ஆங்கிலத் தினும் தமிழறிவே சிறந்து விளங்குவதாயிற்று.

கட்டுக் கடங்காத காளை

துள்ளித் திரியும் பருவத்தில், பிள்ளை விளையாட்டுகள் எத்தனையுண்டோ, அத்தனையிலும் பயிற்சி பெற்றார் சிதம்பரம். அவர் பயின்ற வீர விளையாட்டுகளை அவரே கூறக் கேளுங்கள்:–

"சுவர்மேல் நடத்தல், தொன்மரம் ஏறுதல்,
கவண்கொடுங்கைகொடுங் கல்லெறி பழகுதல்.
கண்ணினைப் பொத்திக் காட்டில் விடுதல்,
எண்ணினைச் சுவாகம் இழுக்காதியம்பல்,
குதிவட்டாடுதல், கோலி தெறித்தல்,
குதிரைமீதூர்தல், கோலேறி நடத்தல்,
காற்றிரி எறிதல், கான்மாறி யோடுதல்,
மேற்றிரி பந்தின் விளையாட்டுப் பற்பல,
சடுகுடு, கிளியந் தட்டு, பல்லி,
நெடுகடு மோட்டம், நீர் விளையாட்டம்,
கம்பு சுற்றுதல், கத்தி வீசுதல்,
தம்மினை அடக்கித் தலைகீழ் நடத்தல்,
கசரத்து, பஸ்கி, கலப்புறு குஸ்தி,
நிசத்துச் சண்டையில் நிற்கும் முறைகள்,
வெடிகொடு சுடுதல், வில்லொடு தெறித்தல்
அடிபிடி சண்டை அளவில் புரிந்தேன்."

பிற்காலத்தில் தமிழினத்தின் வீரத் தலைவராக விளங்கவிருக்கும் சிதம்பரம் தமிழகத்துக்கே உரிய வீர விளையாட்டுகளை விரும்பிக் கற்றதில் வியப்பில்லையன்றோ! சிதம்பரம் தமது பள்ளிப் பருவத்தில் கட்டுக்கடங்காத காளையாகத் திரிந்து வந்தார். அவரிடமிருந்த துடுக்குத் தனங்கள் சொல்லி முடியாதன. தந்தை உலகநாதப் பிள்ளை, சிதம்பரத்திடம் வைத்த பேரன்பு காரணமாக அவரது பிழைகள் அனைத்தையும் சகித்துக் கொள்வார். ஆனால், தம்மால் சகித்துக்கொள்ள முடியாத சந்தர்ப்பங்களில் நையப் புடைத்து விடுவார். தந்தையார் அடிக்கும் யோதெல்லாம் காளை சிதம்பரம் யாரிடமும் சொல்லிக் கொள்ளாமலே வீட்டைவிட்டு ஓட்டம் பிடிப்பார்.

ஒருநாள் ஏதோ தவறு செய்தமைக்காக சிதம்பரத்தை அவரது தந்தையார் கடுமையாக அடித்துவிட்டார். சிதம்பரம் பலமுறை தந்தையிடம் அடிபட்டுப் பழகியவர் என்றாலும், அன்று அடித்த அடிகளை அவரால் பொறுத்துக்கொள்ள முடியாமல் மனம் புண்பட்டு விட்டது. உடனே துறவு கொள்ளத் துணிந்துவிட்டார். மறு கணமே மொட்டை அடித்துக்கொண்டு உடுத்தியிருந்த பட்டாடைகளனைத்தையும் களைந்தெறிந்து பருத்தி உடைக் கோவணத்துடன் பட்டினத்தார் போல் வேடம் பூண்டார். "துறவி" சிதம்பரம் பல நாள் ஊண், உறக்கமின்றி ஊர் ஊராகச் சுற்றி அலைந்து இறுதியாக மதுரையைச் சேர்ந்தார். அதுவரை பட்ட அல்லல்களால் மனம் மாறி இல்லந் திரும்ப எண்ணினார். ஓட்டப்பிடாரத்தில் உள்ள நண்பர் ஒருவருக்கு, தன் உள்ளக் கிடக்கையைக் கடித மூலம் தெரிவித்தார். இந்தச் செய்தி சிதம்பரத்தைத் தேடி அலைந்து கொண்டிருந்த தந்தைக்கும் எட்டியது. கன்றைப் பிரிந்த பசுவைப்போல கலங்கிக் கொண்டிருந்த அவர் ஓடோடியும் மதுரைக்குச் சென்று மைந்தனைக் கண்டு மார்புறத் தழுவி கதறி அழுதார். பிறகு சிதம்பரத்திற்கு புத்திமதிகள் கூறி ஊருக்கு அழைத்து வந்தார்.

3. வாய்மையுள்ள வழக்கறிஞர்

சிதம்பரத்தின் துடுக்குத்தனத்தை அடக்க எண்ணி தந்தை உலகநாதப் பிள்ளை அவரை ஓட்டப்பிடாரம் தாலுக்கா அலுவலகத்தில் குமாஸ்தா வேலையில் அமர்த்தினார். இந்த வேலையில் ஈடுபட சிதம்பரத்திற்கு விருப்பமில்லை. என்றாலும் தந்தையின் கட்டளைக்குக் கீழ்ப்படிந்தார். ஆனால், ஒன்றிரண்டு மாதங்களுக்கு மேல் அந்த வேலையில் அவரால் நிலைத்திருக்க முடியவில்லை. வக்கீல் பரீட்சைக்குப் படிக்க எண்ணித் தந்தையின் அனுமதி வேண்டினார். மைந்தனின் கருத்தறிந்த தந்தை அவரை திருச்சிக்கு அனுப்பி கணபதி ஐயர், ஹரிஹர ஐயர் என்ற இரு சட்ட நிபுணர்களிடம் படிக்க வைத்தார். பின்னர், 1895ம் ஆண்டில் மாணவர் சிதம்பரம் சட்டப் பரீட்சையில் தேர்ச்சி பெற்று வழக்கறிஞரானார். சிதம்பரனார், வழக்கறிஞர் தொழிலை முதன் முதலில் ஓட்டப்பிடாரத்திலேயே துவக்கினார். அக்காலத்தில் ஓட்டப்பிடாரம், தாலுக்காவின் தலைநகராக இருந்ததால் அங்கு சப் மாஜிஸ்திரேட் கோர்ட்டு இருந்து வந்தது. சிதம்பரனாரின் பாட்டனார், பெரிய தந்தையார், தந்தையார் ஆகிய எல்லோருமே வழி வழி வழக்கறிஞர் தொழிலில் ஈடபட்டு வந்தனர். இதன் காரணமாக சிதம்பரனாரின் இல்லத்திற்கு "வக்கீல் ஐயா வீடு" என்ற சிறப்புப் பெயர் வழங்கலாயிற்று.

சிதம்பரனார், சிவில் கிரிமினல் என்னும் இரு துறைகளிலும் ஈடுபட்டு தொழில் புரிந்தார். என்றாலும், கிரிமினல் துறையில்தான் அவருக்குத் திறமை அதிகம்.

அத்துறையில் அவர் தமது முன்னோரை விட அதிகப் புகழ் பெற்று விளங்கினார். வயதில் இளைஞராக இருந்தும் பிற வழக்கறிஞர்கள் இவரைக் கண்டு பொறாமை கொள்ளும் வண்ணம் தொழிலைத் திறம்பட நடத்தி வந்தார். மிக்க தேர்ச்சியும் திறமையும் வாய்ந்த வழக்கறிஞர்களைவிட இவர் அதிக வருமானத்தை அடைந்து வந்தார். ஆனால், வ.உ.சி., தம் தொழிலில் வருமானம் ஒன்றே பெரிதென எண்ணாமல், ஒழுக்கம், வாய்மை, பிறர்நலம் பேணல் இவற்றையே குறிக்கோளாகக் கொண்டிருந்தார். இச்சீரிய நோக்கு சிதம்பரனாரிடம் வாழ்நாள் முழுவதும் காணப்பட்டது. சிதம்பரனார், தாம் எடுத்துக் கொண்ட வழக்குகளில் பெரும்பாலானவற்றில் வெற்றி பெறுவார். வெற்றி பெறாதென்று தெரிந்த வழக்குகளில் எதிர்க் கட்சியை அணுகி அறிவுரை கூறி சமரசம் செய்து வைப்பார். கட்சிக்காரருக்காக ஒரு முறை ஆஜராகி விட்டால் மீண்டும் எக்காரணத்தை முன்னிட்டும் அவரைக் கைவிடமாட்டார். கட்சிக்காரர்களின் சுகதுக்கங்களை தனது சுக துக்கங்களாக எண்ணி வழக்கை நடத்துவார். கட்சிக்காரர்களிடம் ஏழை பணக்காரர் என்ற வேற்றுமை பாராட்டாமல் எல்லோரையும் ஒரே விதமாக மதிக்கும் இயல்புடையவர். வழக்கறிஞர் தொழிலில் வ.உ.சி.யிடம் இருந்த கடமை உணர்ச்சியும், நேர்மை உள்ளமும் கண்டு நீதிபதிகள் அவரைப் பெரிதும் மதித்து வந்தனர்.

வாணிபத் தொழிலில் கொள்வோருக்கும் கொடுப்போருக்குமிடையே கைக்கூலி வாங்கும் தரகர்கள் உண்டு. வாணிபத்தில் பிறந்த இந்த முறை, வக்கீல் தொழிலிலும் புகுந்து வளர்ந்து வந்தது. கட்சிக்காரர்களைக்கொண்டு வந்து விடுத்து வக்கீலிடம் 'கமிஷன்' பெறுவது இந்தத் தரகர்களின் வழக்கம். இதை வ.உ.சி. முற்றும் வெறுத்தார். இந்தச் செய்கை வக்கீல் தொழிலின் சிறப்பைக் கெடுப்பதாகவும் கருதினார். பெரும்பாலும் கட்சிக்காரர்களிடமிருந்து வக்கீல்கள் அதிக அளவிற்குப் பணம் பறிக்கவே இந்தத் தரகர்கள் பயன்பட்டு வந்தனர். வ.உ.சி. தாம் எழுதிய பாடல் ஒன்றில்

“வக்கீலாய் நின்று வழிப்பறியே செய்யும் திக்கிலார்” என்று ஒழுக்கங்கெட்ட வக்கீல்களைப் பற்றி குறை கூறுகிறார்.

போலீசார் யார் மீதாவது தவறாக வழக்குத் தொடுத்திருப்பதாகத் தமக்குத் தோன்றினால் அந்த நிரபராதிக்குத் துணையாக நின்று கைம்மாறு கருதாது தம்மால் இயன்ற உதவியைச் செய்வார். இதனால் போலீஸ் அதிகாரிகளின் ஆத்திரத்திற்கும், அதிகாரக் கொடுமைக்கும் ஆளாகவேண்டி இருப்பினும் அவர் அஞ்சமாட்டார். சாட்சிக் கூண்டில் போலீசார் நிற்க நேர்ந்துவிட்டால் போதும்; வினாவென்னும் கோல் கொண்டு அவர்களை விரட்டி விரட்டி அடிப்பார்.

அவரது போக்கில் வெறுப்பு கொண்ட அதிகாரிகள் ஹெட்கான்ஸ்டபிள் சுப்பிரமணியம் என்பவரைக் கொலை புரிந்ததாக வந்த வழக்கில் அவரையும் ஒரு குற்றவாளி ஆக்கினர். அந்த வழக்கில் குற்றவாளிகளுக்காக சிதம்பரனார் கோர்ட்டில் தோன்றாமல் செய்வதற்காகவே அதிகாரிகள் இந்த சதிச் செயலைப் புரிந்தனர். இந்தக் கொலை வழக்கில் சிதம்பரனார் எதிரிகளின் வக்கீலாக வருவதில்லை என்று வாக்குறுதி தந்தால் குற்றவாளிகள் பட்டியலிலிருந்த அவரது பெயரை நீக்கி விடுவதாகப் பேரம் பேசினர்! சிதம்பரனார் சூழ்ச்சியை சூழ்ச்சியால் வெல்லுந் திறனுடையவர். எனவே, எதிரிகளுக்காக வழக்காடுவதில்லை என்று வாய் மொழியாக வாக்குறுதி தந்து அதிகாரிகள் சதியிலிருந்து விடுதலை பெற்றார். ஆனால், அந்த நிரபராதிகளுக்காக தாம் ஆற்றவேண்டிய கடமையைக் கைவிடவில்லை. கொலை வழக்கு விசாரணைக்கு வந்தபோது, சிதம்பரனார் எதிரிகள் சார்பில் தோன்றி வழக்காடி, வெற்றியும் பெற்றார். சிதம்பரனார் வாக்குறுதியை மீறி, எதிரிகள் சார்பில் நின்று வழக்காடியது கண்டு ஆத்திரங்கொண்ட அதிகாரிகள், அந்தக் கொலை வழக்கில் சம்பந்தப்பட்ட பிராசிகூஷன் தரப்பு சாட்சியை, எதிரிகள் தரப்புக்கு இழுக்க முயன்றதாக அவர்மீது வழக்குத் தொடர்ந்தனர். அந்த வழக்கை விசாரித்த ஜாயின்ட் மாஜி

ஸ்திரேட் லயோனல் வைபர்ட், அது பொய் வழக்கெனத் தள்ளுபடி செய்து குற்றமற்ற சிதம்பரனாருக்கு நஷ்டஈடு தருமாறும் தீர்ப்புக் கூறினார். பொய் வழக்கை ஜோடித்து, உத்தமர் சிதம்பரனாருக்குத் தொல்லைகொடுத்த ஹெட் கான்ஸ்டபிளும் வேலையிழந்தான். இச் சம்பவத்திற்குப் பின் போலீசார் சிதம்பரனாரின் பெயரைக் கேட்டாலே, அவர் இருக்கும் திக்குநோக்கி தெண்டனிடும் பக்தர் ஆயினர். நீதி இலாகாவிலும் லஞ்சம் வாங்கிப் பிழைக்கும் அநீதி நடமாடுவதைக் கண்டு சிதம்பரனார் ஆத்திரங் கொண்டார். ஏகாம்பரம் என்ற சப்–மாஜிஸ்திரேட், லஞ்சம் வாங்கியதாக வந்த வழக்கில் சிதம்பரனார் மாஜிஸ்திரேட்டுக்கு எதிராக வழக்காடி அவருக்குத் தக்க தண்டனை கிடைக்கும்படி செய்தார். மற்றும் வாசுதேவ ராவ், பஞ்சாபிகேசராவ் ஙி.கி., ஙி.லி. என்ற இரு அதிகாரிகளின் மீது லஞ்சம் வாங்கியதாக வந்த வழக்கிலும் அவர்களுக்கு. எதிர்க்கட்சியில் தோன்றி லஞ்சக் குற்றச்சாட்டை நிரூபித்து வெற்றி பெற்றார். கடமையிலிருந்து தவறி, கைக் கூலி வாங்கிய அந்த அதிகாரிகளுக்கு கடுந்தண்டனை விதிக்கப்பட்டது.

அதிகாரிகளுக்கு எதிராக சிதம்பரனார் அடிக்கடி நடந்து கொள்வது அவரது தந்தையாருக்குப் பிடிக்கவில்லை. எனவே, அவர் சிதம்பரனாரைத் தூத்துக்குடிக்குச் சென்று தொழில் புரியத் தூண்டினார். தந்தையின் கருத்து எதுவாயினும், அவர் கட்டளைப்படி தூத்துக்குடிக்குச் செல்வதால், தமது தொழில் வளர்ச்சியுறும் என்ற காரணத்தால், 1900ம் ஆண்டில் தூத்துக்குடிக்குச் சென்று தொழில் நடத்தினார் வ.உ.சி.

4. இல்லற வாழ்க்கை

சிதம்பரனாரின் தந்தையார், அவருக்கு 23–வது வயதில் திருச்செந்தூர் சுப்பிரமணிய பிள்ளையவர்களின் குமாரத்தி வள்ளியம்மை என்ற மங்கை நல்லாளை மணஞ் செய்து வைத்தார். இவ்வம்மையார், இல் வாழ்க்கையில் தம் கணவருக்கு உற்றுழியுதவும் ஊன்றுகோல் போலவும் அறுசுவையுண்டி அளிப்பதில் அன்னைபோலவும் விளங்கினார்.

'சிதம்பரனாரிடம் ஒருநாள் உறவினர் ஒருவர் ஒரு கட்சிக்காரரைக் கொண்டுவந்து விட்டு அவர் சென்ற பிறகு 'கமிஷன்' கேட்க, இவர் அவ்விஷயத்தைப்பற்றித் தம் மனைவியாகிய வள்ளியம்மையாரிடம் கலந்து ஆலோசித்தார். அவ்வம்மையார், "கமிஷன் கொடுத்து வழக்கைப் பெறுவது இழிதொழில். பெற்ற பொருளைக் கட்சிக்காரரிடமே திருப்பிக் கொடுத்து விடுங்கள்" என்று இயம்பினார். சிதம்பரனார் ஒடுக்கப்பட்ட வகுப்பைச் சேர்ந்த விருதுநகர் ராமைய தேசிகர் என்பவரைத் தம் இல்லத்தில் வைத்துக் காப்பாற்றி வந்தார். அவர் கண்கள் இரண்டும் இழந்த அந்தகர். எனினும், அகக்கண்களை இழவாத ஆத்ம ஞானி. வள்ளியம்மையார், அவ்வந்தக ஞானிக்குத் தாமே அமுதூட்டுவார். இதை யறிந்த அயலார், இழிகுலத்தோனை வீட்டில்வைத்து உணவளித்து வருகிறாரெனப் பழிச்சொல் பகர்வாராயினர். சிதம்பரனார் தமது மனைவியாரிடம் அந்தப் பழிச் சொல்லைக் கூறி

ஆலோசனை கேட்டார். வள்ளியம்மையார், 'எல்லாம் உணர்ந்த நாத! தங்களுக்குத் தெரியாததா? துறவிக்கு குலம் ஏது? உயிர்களனைத்தும் ஒன்றாயிருக்கும்போது அதைப் பகுத்துப் பார்ப்பது பேதைமையன்றோ! உயிர்கள் தோறும் இறைவன் வீற்றிருக்கிறான் என்பது தாங்கள் அறிந்ததுதானே! பழிப்பார் பழிக்கட்டும்; நாம் நமது மனவழி நடப்போம்' என்றார்.

மேற்சொன்ன இரு நிகழ்ச்சிகளையும் பின் வரும் அகவற்பாவில் சிதம்பரனாரே கூறுகிறார்.

உற்றான் ஒருவன் ஒருநல் கட்சியோ(டு)
உற்றான்; நல்கினோன்; ஒளிந்து வந்துபின்
"உரிய கமிஷனை உதவுக" என்றான்.
புரிவதறியாது பொள்ளெனச் சென்றுயான்
மங்கையை வினவினேன். மதியோடு பணிந்து, "நும்
செங்கைப் பொருளைக் கட்சிபால் கொடுக்க;
அதனைக் கொள்ளற்க" என்றாள்.

★ ★ ★

சிவப்பொருள் உணர்ந்த தேசிகன் ஒருவன்
தவத்தால் என் இலம் தங்கப் பெற்றேன்.
ஊனக் கண்ணினை ஒழித்தவன் நின்றதால்
தானக் குறையினைத்தவிர்த்திட ஊட்டினள்.
குலத்தில் அன்னோன் குறைந்தவன் என்றென்
தலத்தினில் உள்ளோர் சாற்றினர் குற்றம்;
கேட்டதும் அவ்வுரை கிழவோன் தன்னை
ஓட்டிடக் கருதியான் உரமில் லாமையால்
அவளிடத்துரைக்க அடுக்களை சென்றேன்
அவளெனைக் கண்டதும் அறைந்திடு முன்யான்

★ ★ ★

"எல்லாம் உணர்ந்த என்னுயிர் நாத!
எல்லாம் கடவுளாய் இருக்கக் கண்டும்
உருவம் முதலிய ஒன்றினும்பேதம்
மருவுத லிலாமை மலைபோல் கண்டும்

கற்பனையாகக் காணும் குலத்தின்
சொற்பிழை கொளலெனச் சொல்லிய தூய!
பழமை பாராட்டிப் பகுத்துப் பிரித்தல்
நன்றோ? நல்லோய், நவிலுவார் நவிலுக!
என்றும் போற்பணி இயற்றுவோம்" என்றனள்
வடுக்கண் டொழிக்கும் மந்திரியனையாள்.

வள்ளியம்மையார் தமிழ்க் கல்வியில் சிறந்து விளங்கினார். அவ்வம்மையார் திருக்குறளைப் பொருளுடன் ஓதி யுணர்ந்திருந்தார் என்பதற்கு,

வள்ளுவர் குறளை வளனுறப் படித்துக்
கொள்ளும் விதத்தில் கூறுவள் உரையுடன்

– எனச் சிதம்பரனார் கூறுவதே சான்றாகும்.

இவ்வித குண நலன்களைப் பெற்றிருந்த வள்ளியம்மையார் 1901ம் ஆண்டில் அகால மரண மெய்தினார். அவ்வம்மையாரின் பிரிவால் பிள்ளையவர்கள் பெருங் கவலை யடைந்தார். வள்ளியம்மையாரின் அரிய குணங்களைப்பற்றி அவர் பாடிய இரங்கற் பாக்கள் பல. அவற்றில் சில வருமாறு:

இல்லமதில் ஒன்றுமே யில்லையென்னாள்; எக்காலும்
நல்லுணவு தான்சமைத்து
நல்குவாள்-அல்லலொழித்(து)
இன்புறவே செய்திடுவாள்; எப்பணியும் உள்ளமுடன்
அன்புமிகு நல்லாள் அமைந்து.
என்னுடைய நேயர்களும் ஏழைபர தேசிகளும்
என்னுடைய வீடுவந்தால் ஏந்திழைதான்-தன்னுடைய
பெற்றோர் வந்தார்களெனப் பேணி உபசரிப்பாள்
கற்றோரும் உள்ளுவக்கக் கண்டு.

நன்றியறிதலையே நல்லொழுக்கமாகக் கொண்ட சிதம்பரனார், முதல் மனைவியாரின்பால் காட்டும் நன்றிக்கறிகுறியாக மீண்டும் அவ்வம்மையாரின் குடும்பத்திலேயே திருமதி. மீனாட்சியம்மை என்ற பெண்ணரசியை மணம் புரிந்து கொண்டார்.

மனிதனுக்கு மனிதன் உயர்வு தாழ்வு கற்பிப்பதை அவர் அடியோடு வெறுத்தார். சாதிக்கொரு நீதி கூறும் சழக்கர்களையும், பிறப்பு காரணமாக ஆதித்தமிழர்களைத் தீண்டாதவரெனக் கூறும் தீயர்களையும் கண்டிக்கப் பிள்ளை சற்றும் தயங்கியதில்லை. “பிறப்பொக்கும் எல்லா உயிர்க்கும்”, “நல்லகுலமென்றும் தீயகுலமென்றும் சொல்லளவல்லால் பொருளில்லை” என்று முன்னோர் மொழிந்த சொல்லின் பொருளை அவர் முற்றும் உணர்ந்திருந்தார். ‘இறைவன் படைப்பிலே அனைவரும் சமம்‘ என்ற உயரிய கருத்தே அவரது உள்ளத்தில் குடிகொண்டிருந்தது. ஆதித் தமிழரொருவரை, தமது இன்னு யிர்த் துணைவராகக் கொண்டு தமிழ் இலக்கியங்களைக் கற்பித்தார். அவர்தான் சாமி சகஜானந்தர். பிற்காலத்தில் சிதம்பரனார் சிறையிலிருந்து மீண்டதும் சிலகாலம் சென்னையில் வசிக்க நேர்ந்தது. அப்போது ஒரு நாள் சென்னை ரிப்பன் அச்சு யந்திரசாலையில் சிதம்பரனாரும் சாமிசகஜானந்தரும் முதன் முதலாக ஒருவரை ஒருவர் சந்தித்து உரையாட நேர்ந்த காலையில், பிள்ளை அவரது சாதியை விசாரித்தாராம். “நான் நந்தனார் வகுப்புப் பிள்ளை”யென சகஜானந்தர் பதிலளிக்க, உடனே சிதம்பரனார் சகஜானந்தரின் இரு கைகளையும் இறுகப்பிடித்து, “உண்மையைக் கூறியதால் நீர்தான் உண்மை அந்தணர்” எனக்கூறி, – சகஜானந்தரைத் தமதில்லத்திற்குக் கூட்டிச் சென்றார். பின்னர் பல ஆண்டுகள் அவரைத் தமது வீட்டிலேயே வைத்திருந்து உணவளித்துத் தொல்காப்பியம், திருக்குறள் முதலிய சிறந்த நூல்களைப் பயிற்றுவித்துப் பண்டிதராக்கினார்.

சிதம்பரனார் சென்னையைவிட்டு நீங்கி, மீண்டும் தமது சொந்த ஊராகிய ஓட்டப்பிடாரம் சென்றபோது சகஜானந்தரையும் தம்முடன் கூட்டிச் சென்றார். தமது உறவினர் இல்லங்களில் நடக்கும் விழாக்களுக்குச் சகஜானந்தரையும் தம்முடன் அழைத்துச் செல்வார். யாராவது சகஜானந்தரின் குலத்தைக் குறித்துக் கேட்டால், “இவரொரு துறவி; இவரை சாதி விசாரிக்கப்படாது”

என்பார். "தமது பிள்ளையைப்போன்று என்னை வளர்த்தார், அப்பெருந்தகை வள்ளல்" எனச் சகஜானந்தரே கூறுகிறாரெனில், பிள்ளையவர்களின் பெருங்குணத்திற்கு வேறென்ன சான்று வேண்டும்! திரு. சகஜானந்தர், சிதம்பரனாருக்கு எழுதிய கடிதமொன்றில்,

> தாமின் புறுவ துலகின் புறக்கண்டு
> காமுறுவர் கற்றா ரெனக்கழறும்-மாமறைக்குச்
> சான்றாச் சிதம்பரமென் தந்தை நினைக்கண்டேன்
> நான்மா றென்செய்வேன் நவில்.
> கைம்மாறு வேண்டாக் கடப்பாட்டி னென்றனுக்கு
> மெய்ம்மாட்டி நின்றருளும் வித்தகனே-செம்மறையின்
> பாவனைத்துஞ் சிந்தை பதிவித்தேன், சிதம்பரமென்
> தேவநினதின்னருளால் தேர்ந்து.
> சாவா மருந்தெனவே தற்பரனார் வள்ளுவர்செய்
> பாவால் அறிவெனக்குப் பாலித்த- தேவா!
> சிதம்பரமென் சற்குருவே! சிந்தையினில் நின்னின்
> பதம்பெற்றேன் என்றும் பணிந்து.

எனச் சிதம்பரனாரைத் தந்தையாய், குருவாய், தெய்வமாய்க் கருதி அஞ்சலி செய்கிறார்.

5. சுதேசிக் கப்பல் கம்பெனி

மரக்கலங்களின் துணையால் திரைகடலோடியும் திரவியந் தேடுவதில் திறமைபெற்றிருந்தனர் பண்டைத் தமிழர். முற்கால இந்தியாவில் கப்பலோட்டும் கலை தமிழருக்கே உரித்தாயிருந்தது என்றால், அது மிகையாகாது. ஐயாயிரம் ஆண்டுகளுக்கு முன்பே தமிழர் கப்பல்களைக் கட்டி கடலிலே செலுத்தியதை ஹரப்பா, மொகஞ்சதரோ நகரங்களைப் பற்றிய ஆராய்ச்சி முடிவுகள் அறிவிக்கின்றன. சிந்து நதிக்கரையில் புதையுண்ட அந்த நகரங்களின் பானை ஓடுகளில் கூட மிகப் பெரிய கப்பல்கள் போன்ற சித்திரங்கள் பல வருணங்களில் தீட்டப்பட்டிருக்கின்றனவாம். ரோம் நாட்டில் கயிற்றைக் கொண்டு பலகை களைப் பிணைத்து மரக்கலங்கள் கட்டிய காலத்திலேயே தமிழர் மரக்கலங்கள் கட்டுவதில் மேனாட்டினரை விட முன்னேறியிருந்தனர். பலகைகள் ஒன்றோடொன்று பொருத்தப்பட்டிருப்பதைக் கண்டு பிடிக்க முடியாதவாறு கப்பல் கட்டுவதில் திறமை பெற்றிருந்தனர் தமிழ் நாட்டார். கப்பல்களின் முகப்பிலே புலி, சிங்கம் போன்ற உருவங்களும் அழகுபெற அமைக்கப்பட்டு வந்ததாகவும் தெரிகிறது.

சோழ மன்னர்கள் பலம் வாய்ந்த கப்பற் படையை உடையவராயிருந்தனர். இராஜ ராஜ சோழன் லட்சக்கணக்கான தமிழ் வீரர்களைக் கப்பல்களிற் கொண்டுசென்று இலங்கை, மலாய் முதலிய தீவுகளை வென்றதாக வரலாறு கூறுகிறது. இவ்வாறு வாணிபத்தில் பொருளையும் போரில் புகழையும் அடைவதற்குப்

பண்டைத் தமிழர் கப்பல்களைப் பயன்படுத்தினர். பின்னாளில் தமிழகம் உள்பட இந்தியா முழுவதும் ஆங்கிலேயருக்கு அடிமைப்பட்டது. நமது நல்வாழ்வில் நாட்டமில்லாத அவ்வன்னியர் நம்மிடமிருந்து அரசைப் பறித்ததோடு நில்லாமல், பொருள் தேடும் வழிகள் அனைத்தையும் பறித்தனர். அந்த வகையில் தமிழரின் கப்பல் வாணிபமும் ஆங்கிலேயரின் வசமாயிற்று. நில ஆதிக்கமும், கடல் ஆதிக்கமும் பெற்ற அவ்வாங்கிலேயர், நமது தமிழகத்தின் செல்வத்தையெல்லாம் சுரண்டிச் செல்வாராயினர்.

தமிழ் இனத்துக்குற்ற இந்தக் கேவல நிலை கண்டு சிதம்பரனாரின் நெஞ்சு பொறுக்கவில்லை. ஆயினும், என் செய்வார்? ஆட்சித் திறனும், சூழ்ச்சி அறிவுங்கொண்டு அனைத்துலகும் ஆணை செலுத்தும் ஆங்கிலேயர் முன்பு அவர் எம்மாத்திரம்! தமிழ் மக்கள் அவ்வளவு பேரும் ஒருங்கு சேர்ந்து போராடினாலுங்கூட ஆங்கிலேயர் நம்மிடமிருந்து பறித்த வாணிபத்தைப் பற்றுதல் எளிதோ? இல்லை, இல்லை. ஆகவே, தமிழரது உரிமையைப் பறித்து உடைமையையும் சுரண்டிச் செல்லும் வெள்ளை வணிகரை விரட்டியடிக்க எண்ணியவராய்க் காலத்தை எதிர்பார்த்துக் காத்திருந்தார் சிதம்பரனார்.

இந்நிலையில்தான், இந்திய உபகண்டத்தில் வங்கப்பிரிவினைக் கிளர்ச்சி வலுக்கலாயிற்று. ஒன்றுபட்ட ஒரே தேசீய இனமாக இருந்த வங்காளியரை இந்து என்றும், முஸ்லிம் என்றும் பிரித்து அவர்களது தாயகமாகிய வங்க நாட்டையும், இந்து வங்காளம், முஸ்லிம் வங்காளம் என்று இரண்டாகத் துண்டாடினார் வைசிராய் லார்டு கர்சான். குடிமக்களிடையே ஒற்றுமையை உண்டாக்குவதே அரசாங்கத்தின் முதற்பொறுப்பு. ஆனால், இந்தியாவில் பிரிட்டிஷ் ஏகாதிபத்தியம் இதற்கு நேர்மாறாக மக்களின் ஒற்றுமையைக் குலைத்து வேற்றுமையை உண்டாக்குவதையே தனது வேலையாகக் கொண்டிருந்தது. ஒரு அன்னிய ஆட்சி இதைவிட வேறுவிதமாக நடந்து கொள்ளுமென்று

எதிர்பார்க்க முடியாதல்லவா? ஆனால், ஏகாதிபத்தியத்தின் பிரித்தாளும் சூழ்ச்சிக்கு வங்காளிகள் இரையாகவில்லை. அவர்கள் இந்துக்களென்றும் இஸ்லாமியரென்றும் பிரியாது, ‘வங்காளிகள் அனைவரும் ஒரே இனம்’ என்ற உணர்ச்சியுடன் ஒன்றுபட்டுப் பிரிவினையை எதிர்த்துப் போராடினர். தூங்கும்பொழுதுகூடத் தாய்நாட்டின் தொண்டையே நினைந்திடுபவரன்றோ வங்காளிகள்! வங்கப் பிரிவினை எதிர்ப்புப் போராட்டமானது வங்காளத்தோடு நிற்காமல், இந்தியா எங்கணும் பரவியது. இந்தியமக்கள் வங்கப் பிரிவினையை எதிர்க்கும் பொருட்டு அன்னிய ஆடை பகிஷ்கார இயக்கத்தை ஆரம்பித்தனர். அன்னிய ஆடைகள் மலைமலையாகக் குவிக்கப்பட்டு நெருப்புக்கு இரையாக்கப் பட்டன. பம்பாய் நகரில் அன்னியத் துணிகளை மூட்டையாகக் கட்டி நகருக்கு வெளியே கொண்டுபோய் தீ வைத்துக் கொளுத்தினர் தேசீயவாதிகள். இந்த ஆடை கொளுத்தும் விழாவை ஆரம்பித்து வைக்கையில், அதர்வண மந்திரம் சொல்லி அன்னியத் துணியில் தீ வைத்தார் திலகர் பெருமான். பரதேச ஆடையில் பற்றி எரிந்த தீயானது எவ்வளவு தூரம் அடிமைப்பட்ட மக்களின் அகத்தே சினத் தீ கொழுந்துவிட்டு எரிந்து கொண்டிருந்தது என்பதைக் காட்டிற்று.

ஏற்கனவே காலத்தை எதிர்பார்த்துக் கொண்டிருந்த சிதம்பரனார் சீற்றங் கொண்ட சிங்கமென எழுந்தார். நீதிமன்றத்தில் வழக்கறிஞர் தொழில் நடத்தி வந்த அவர் தமது தொழிலைக் கைவிட்டு நாட்டுரிமைப் போரில் நாட்டங் கொண்டார். தம்மிடமிருந்த அன்னிய ஆடைகள் அனைத்தையுந் தீ வைத்துக் கொளுத்தினார். “எரிவது ஆடையன்று; ஏகாதிபத்தியமே!” என்று எண்ணி மகிழ்ந்தார். இனி அன்னியப் பொருள்கள் எவையும் வாங்குவதில்லை என்றும் உறுதிபூண்டார். அன்னியத் துணி தரித்தவரைக் கண்டாலும் அவருக்குக் கண் சிவந்துவிடும். அன்னியக் கத்தி வைத்துள்ள தொழிலாளி யிடமும் க்ஷவரம் செய்து கொள்ளமாட்டார். பிரிட்டிஷ்

ஏகாதிபத்தியத்தை எதிர்த்து வங்க மண்ணிலே போர் துவங்கி விட்டதைக்கண்டு பூரிப்படைந்தார்., தாம் கருதிய காரியங் கைகூடி விட்டதாகக் களிப்பெய்தினார். இனி, தமிழர்களைத் தட்டி எழுப்பி ஏகாதிபத்திய எதிர்ப்புப் போரின் இரண்டாவது முனையைத் தமிழ் நாட்டில் துவக்க எண்ணினார். வங்காளியரைப் போன்று தமிழ் மக்களும் தங்கள் தாயகமாம் தமிழகத்தில் ஆங்கிலப் பேரரசுக்கு அழிவுதேட வேண்டுவது அவசியமென உணர்ந்தார்.

ஆங்கிலேயர் இந்தியாவில் புகுந்தது ஆளுவதற்காக மட்டுமன்று; இந்நாட்டின் செல்வத்தை சுரண்டிச் செல்லவும் ஆகும். சிதம்பரனார் இதை நன்றாக அறிந்தவர். ஆதலால் அவர் ஆங்கிலேய வணிகக் கூட்டத்தின் மீதே தமது முதல் தாக்குதலை ஆரம்பித்தார். தூத்துக்குடிக்கும் சிங்களத்திற்கும் இடையில் வாணிபப் பொருள்களைப் பிரிட்டிஷ் இந்தியா ஸ்டீம் நாவிகேஷன் கம்பெனியின் கப்பல்களே ஏற்றுமதி இறக்குமதி செய்து வந்தன. அக்கம்பெனி பிரிட்டிஷ் ஏகாதிபத்தியத்தின் ஆணிவேரான வெள்ளை வணிகருடையது. நாட்டில் தோன்றிய தேசிய இயக்கத்தை அவ்வெள்ளையர் கம்பெனி வெறுத்தது. மேலும், அக்கம்பெனி இந்திய வாணிபம் வளர வொட்டாது தடை செய்கிறதென்ற எண்ணம் இந்திய வணிகர்களிடையே பரவியது.

பிரிட்டிஷ் கப்பல் கம்பெனியின் கொட்டத்தை அடக்க எண்ணி தூத்துக்குடி இந்திய வணிகரின் ஆதரவு கொண்டு 1906ம் ஆண்டு சுதேசிக் கப்பல் கம்பெனியொன்றைத் தோற்றுவிக்கத் துணிந்தார் சிதம்பரனார். ஆரம்பத்தில் வணிகர் சிலர் சிதம்பரனாரின் முயற்சி வெற்றி பெறப் பண உதவி புரிந்தனர். மற்றும் பலர், பின்னர் பணம் தருவதாக வாக்குறுதி தந்தனர். ஆனால் ஒரு சில கோழைகள் மட்டும் சிதம்பரனாரின் முயற்சியைக் கேலி செய்தனர். "ஆங்கிலக் கப்பலுக்கு எதிர்க்கப்பல் விடுவதா? அது ஆகாத காரியமப்பா!" என்று பயமுறுத்தினர்.

ஆனால், சிதம்பரம் பிள்ளை முன் வைத்த காலைப் பின் வாங்குவதில்லை என்ற முடிவுடன் பணியாற்றினார்.

சுதேசிக் கப்பல் கம்பெனி 1882ம் வருஷத்திய இந்தியக் கம்பெனிகள் சட்டப்படி 1906ம் ஆண்டு அக்டோபர் மாதம் பதினாறம் தேதி பதிவு செய்யப்பட்டது. பங்கு ஒன்றுக்கு இருபத்தைந்து ரூபாயாக நாற்பதாயிரம் பங்குதாரர்களிடம் பத்து லட்சம் ரூபாய் சேர்ப்பதெனத் திட்டமிடப்பட்டது. இந்தியர் மட்டுமன்றி, இலங்கையர் உள்பட ஆசியா கண்டத்தார் எவரும் இக்கம்பெனியில் பங்குதாரர்களாகச் சேரலாமெனவும் விதி இயற்றப்பட்டது.

பாலவனத்தம் ஜமீன்தாரும் மதுரைத் தமிழ்ச் சங்கத் தலைவருமாகிய திரு. பாண்டித்துரைசாமித் தேவரை கம்பெனியின் தலைவராக்கி, செயலாளர் பொறுப்பைத் தாமே ஏற்றுக் கொண்டார் சிதம்பரம்பிள்ளை. பதின்மூன்று பாங்கர்கள் சுதேசிக் கப்பல் கம்பெனியின் ஆரம்பகால டைரக்டர்களாக இருக்க இசைந்தனர். சேலம் சி. விஜய ராகவாச்சாரியார், எம். கிருஷ்ணன் நாயர் உள்பட நான்கு வழக்கறிஞர்கள் கம்பெனியின் சட்ட ஆலோசகர்களாக நியமிக்கப்பட்டனர்.

கம்பெனி பதிவு செய்யப்பட்டதும் பங்குதாரர்கள் சேர்க்கும் வேலை ஆரம்பமாயிற்று. ஜனாப் ஹாஜி முகம்மது பக்கீர் சேட் என்பவர் மட்டும் எட்டாயிரம் பங்குகளுக்குரிய ரூபாய் இரண்டு லட்சத்தை கம்பெனிக்குச் செலுத்தினார். இந்த இரண்டு லட்சம்தான் கம்பெனியின் ஆரம்ப மூலதனமாக அமைந்தது.

சுதேசிக் கப்பல் கம்பெனியின் நிர்வாகிகள் முதன் முதலாகக் கூடி கம்பெனியின் குறிக்கோள்களை வரையறுத்தனர். அவை பின்வருமாறு:–

தூத்துக்குடிக்கும் கொழும்புக்கும், கம்பெனியார் தீர்மானித்திருக்கும் மற்ற இடங்களுக்கும் நீடித்தும் சௌகரியமாகவும் கப்பல்கள் போக வரச் செய்து பிரயாணத்தையும் வியாபாரத்தையும் சௌகரியப்படுத்தல்.

இந்தியர்களையும், இலங்கையர்களையும் மற்றும் ஆசியா கண்டத்து சாதியார்களையும் கப்பல் நடாத்தும் தொழிலில் பழக்குவித்து அதனால் வரும் நற்பலன்களை அடையும்படிச் செய்தல்.

இந்தியர்களுக்கும், இலங்கையர்களுக்கும், மற்றும் ஆசியா கண்டத்து சாதியார்களுக்கும் கப்பல் செலுத்து வதற்கும் கப்பல் கட்டுவதற்கும் பயிற்சியளித்தல்.

இந்தியா, இலங்கை மாணவர்களுக்கும் மற்றும் ஆசியா கண்டத்து மாணர்வர்களுக்கும் கப்பலோட்டும் தொழிலையும் கப்பல் கட்டும் தொழிலையும் தொழிலியல் முறைப்படி கற்பிக்கக் கலாசாலைகள் ஏற்படுத்தல்.

கப்பல் நடத்துவதிலும் வாணிபம் செய்வதிலும் இந்தியர்கள், இலங்கையர்கள் முதலிய ஆசியா கண்ட வாசிகளிடையே ஐக்கியத்தையும் உண்டுபண்ணி முன்னேறச் செய்தல்.

பற்பல வியாபார நிலையங்களில் உள்ள வாணிபங்களுக்குரிய கொள்வன – கொடுப்பன தெரிந்து கொள்வதற்காக இந்தியா, இலங்கை முதலிய ஆசியா கண்டத்து நாட்டினரை ஏஜண்டுகளாக நியமித்தல்.

கப்பல்கள், இயந்திரப் படகுகள் முதலியன நிர்மாணிப்பதற்கும் அவற்றைச் செப்பனிடுவதற்கும் துறைகள் ஏற்படுத்தல்.

சுதேசிக்கப்பல் கம்பெனியின் குறிக்கோள் தமிழர் அல்லது இந்தியர் நலன்களுக்காக மட்டும் பாடுபடுவதன்று. ஆசியாக் கண்டத்தார் அனைவரும் ஒன்று பட்டு முன்னேற உழைப்பதேயாம். இந்தத் திட்டங்களையும் நிறைவேற்ற தொழில் துறையில் முன்னேறிவரும் ஆசிய நாடான ஜப்பானின் உதவியைப் பெறுவதெனவும் கம்பெனியார் எண்ணினர்.

துவக்கத்தில் சுதேசிக் கப்பல் கம்பெனியார் சொந்தத்தில்

கப்பல்கள் வாங்கவில்லை. ஷாலைன் ஸ்டீமர்ஸ் கம்பெனியிடம் குத்தகைக்குக் கப்பல்களை வாங்கி ஓட்டினர். சுதேசிக் கப்பல் கம்பெனி தோன்றியதை பிரிட்டிஷ் கப்பல் கம்பெனியார் விரும்பவில்லை. அந்தக் கம்பெனியைக் கலைப்பதற்கான முயற்சியிலும் ஈடுபட்டனர். பம்பாய் ஷாலைன் ஸ்டீமர்ஸ் கம்பெனியின் சொந்தக்காரர் எஸ்ஸாஜி டாஜ்பாய் என்பவர். பிரிட்டிஷ் கப்பல் கம்பெனியாரும் தூத்துக்குடி வெள்ளை அதிகாரிகளும் மிரட்டியதின் பேரில் சுதேசிக் கப்பல் கம்பெனியாரிடம் தாம் செய்து கொண்ட ஒப்பந்தத்திலிருந்து தம்மை விடுவித்துக் கொண்டார் டாஜ்பாய். இதனால் சுதேசிக் கம்பெனியார் கப்பல் இன்றிக் கலங்கினர். இவர்களை நம்பி வெள்ளையர் கம்பெனியை விரோதித்துக் கொண்ட தமிழ் வணிகர்கள் செய்வதறியாது திகைத்தனர். இவ்வளவு சங்கடங்களுக்கு இடையிலும் சிதம்பரனார் சிறிதும் கலங்கவில்லை. கொழும்புக்கு விரைந்தோடிச் சென்று பெரிய கப்பல் ஒன்றை குத்தகைக்குப் பேசி தூத்துக்குடித் துறைமுகம் கொண்டு வந்தார். சிதம்பரனாரின் சீரிய செயலைக் கண்டு தூத்துக்குடி வணிகர்கள் சிந்தை குளிர்ந்தனர்.

சொந்தமாகக் கப்பல்கள் வாங்கினாலொழிய, சுதேசிக் கம்பெனி நெடுநாட்களுக்கு நீடிக்க முடியாதென்பதை சிதம்பரனார் உணர்ந்தார். ஆகவே, புதிய கப்பல்கள் வாங்கப் பணம் திரட்டும் பணியில் ஈடுபட்டார். தூத்துக்குடி வணிகர்கள் தங்களாலான வரை சுதேசிக் கப்பல் கம்பெனிக்குப் பொருளுதவி புரிந்தனர். எனினும், அது போதுமானதாயில்லை. ஏகாதிபத்தியத்தின் சக்தி முழுவதையுங் கொண்டு நடத்தப்படும் வெள்ளையர் கம்பெனி முன் இந்த உதவி எம் மாத்திரம்! சிதம்பரனார் பம்பாய், கல்கத்தா முதலிய பலவிடங்களுக்கும் சென்று பொருள் திரட்டினார். “ஆங்கிலேயர் நம் அரசைப் பறித்தது பொருள் பறிக்கவேயாம். ஆகவே, பொருள் பறிக்கும் வாணிபக் கப்பலுக்கு வேட்டு வைத்தாலொழிய, அவ்வாங்கிலேயர் இந்தியாவை விட்டு வெளியேறார்” என்று முழக்கஞ் செய்தார்.

சிதம்பரனாரின் வீர உரைகளைக் கேட்ட வடநாட்டு வணிக மக்களில் பலர் சுதேசிக் கப்பல் கம்பெனியில் பங்குதாரர்களாகச் சேர்ந்தனர். சிதம்பரனார் கப்பல் கம்பெனிக்குப் பொருள் தேடும் முயற்சியில் ஈடுபட்டு வட இந்தியா செல்லப் புறப்பட்ட போது, “மீண்டும் என் தமிழகம் திரும்புங்கால், கப்பலுடன் திரும்புவேன்; இல்லையேல், அங்கேயே கடலில் வீழ்ந்து மாள்வேன்’ எனச் சபதஞ் செய்து சென்றார். என்னே அவரது மனவலிமை!

அவர் பம்பாய்க்குச் சென்றிருந்த பொழுது ஊரில் அவரது ஒரே புதல்வன் உலகநாதன் என்பான் நோய் வாய்ப்பட்டு மரண நிலையை எய்தினான். மனைவியாரும் பூர்ண கருப்பவதியாயிருந்தார். சிதம்பரனாரின் நண்பர்கள் அவருக்குச் செய்தி அறிவித்து ஒருமுறை ஊர் வந்து போகுமாறு வேண்டினர். இடுக்கண் வந்தபோதும் அஞ்சுதலறியா நெஞ்சுசுரன் உடையவராதலால், “என் மகனையும் மனைவியையும் இறைவன் காப்பான்; என்னை விட அவன் சக்தி வாய்ந்தவன்” என்று பதிலளித்தார். தமது குடும்பத்திற்குச் செய்ய வேண்டிய கடமையைவிட தமிழ் நாட்டிற்கும் இந்திய சமுதாயத்திற்கும் செய்ய வேண்டிய சேவையே பெரிதென நினைத்தார், அப்பெரியார்.

பம்பாய் சென்ற சில மாதங்களுக்குப் பின்னர் பிள்ளையவர்கள் கப்பலுடன் தூத்துக்குடித் துறைமுகம் வந்து சேர்ந்தார். கப்பலின் பெயர் ‘காலியா’ என்பதாகும்.

சிதம்பரனார், தாம் செய்த சபதம் மாறாது கப்பலுடன் வந்தமை கண்டு தமிழ் மக்கள் பரவசமெய்தினர். ‘வீரச் சிதம்பரம் வாழ்க!’ என விண்ணதிர வாழ்த்தினர். அரசியல்வாதிகளோ, “எழுந்தது போராட்டம்; வீழ்ந்தது ஏகாதிபத்தியம்” என்று இறுமாந்து முழங்கினர்; இக்கப்பல் 42 முதல் வகுப்பு பிரயாணிகளும், 24 இரண்டாம் வகுப்பு பிரயாணிகளும், 1300 சாதாரண வகுப்பு பிரயாணிகளும் இருப்பதற்கும், 4000 மூட்டை சரக்குகள் ஏற்றுவதற்கும் வசதியுடையது. ‘லாவோ’ என்ற மற்றொரு கப்பலை

திரு. எஸ். வேதமூர்த்தி, பிரான்சுக்கு நேரில் சென்று வாங்கி வந்தார். இந்த இரண்டு கப்பல்கள் வாங்கிய அதே காலத்தில் இரண்டு இயந்திரப் படகுகளும் வாங்கப்பட்டன.

ஏககாலத்தில் இரு பெரும் கப்பல்களை விலைக்கு வாங்கி தமிழகம் கொண்டு வந்த வீரச் சிதம்பரனாரை இந்தியப் பத்திரிகைகள் பாராட்டின. வ.உ.சி.யை வாழ்த்தித் தலையங்கம் எழுதாத தேசீயப் பத்திரிகையே இல்லை யெனலாம். கவியரசர் பாரதியார், அப்போது தாம் நடத்திவந்த வாரப் பத்திரிகையான "இந்தியா" வில், "வந்தே மாதரம்" என்னும் மந்திரச் சொல் பொறித்த கொடியுடன் "காலியா" கப்பல் தூத்துக்குடித் துறைமுகத்தை அணுகுவதுபோலவும், ஆண்களும் பெண்களும் குழந்தைகளும் திரளாகக் கூடி "வீரச்சிதம்பரம் வாழ்க!" எனக் கோஷித்து கப்பலை வரவேற்பது போலவும் 'கார்ட்டூன்' பிரசுரித்தார். அதே பத்திரிகையில் கப்பல்களை வரவேற்று எழுதிய பாரதியார், "வெகு காலமாய்ப் புத்திரப் பேறின்றி அருந்தவம் செய்துவந்த பெண்ணொருத்தி ஏக காலத்தில் இரண்டு புத்திரர்களைப் பெற்றால் எத்தனை அளவற்ற ஆனந்த மடைவாளோ அத்தனை அளவற்ற ஆனந்தத்தை நமது பொது மாதாவாகிய பாரத தேவியும் இவ்விரண்டு கப்பல்களையும் பெற்றமைக்காக அடைவாளென்பது திண்ணமே" எனக் குறிப்பிட்டார்.

சுதேசிக் கப்பல் கம்பெனி நாளுக்குநாள் வலுப் பெற்று வளர்ந்து வந்தது. சுதேசிக் கப்பலிலேயே பொருள்களை ஏற்றுவதென மக்கள் விரதங்கொண்டு அதை நடைமுறையிலும் நிறைவேற்றலாயினர். முதலில் ஒரு சில வணிகர்கள் வெள்ளையர்களின் ஆசை மொழியில் சிக்கி, கட்டுப்பாட்டை மீறி அன்னியர் கம்பெனியை ஆதரித்தனர். எனினும், சிதம்பரனாரின் வேண்டுகோளுக் கிணங்கி அவர்களும் நல்வழிப்பட்டனர். வணிகர்கள் மட்டுமன்றி, பிரயாணிகளும் பரதேசிக் கப்பல் கம்பெனியைப் பகிஷ்கரித்து சுதேசிக் கப்பலில் பிரயாணஞ் செய்தனர்.

சுதேசிக் கப்பல் கம்பெனியின் செல்வாக்கு பெருகுவதைக் கண்ட வெள்ளையர்கள் தங்கள் கம்பெனியின் கப்பல் கட்டணங்களை வெகுவாகக் குறைத்தனர். இந்திய வணிகர்களிடம் தரகர்களை அனுப்பிக் கெஞ்சினர். ரயில்வேநிலையத்தில் கையாட்களை அமர்த்தித் தங்கள் கப்பல்களில்தான் சுதேசிச் சாமான்கள் போவதாகப் பொய்ப் பிரசாரமும் செய்தனர். அதனால், சுதேசிக் கம்பெனியாரும் ரயில்வேநிலையத்தில் தொண்டர்களை நிறுத்தி இந்திய வணிகர்களுக்கும் பிரயாணிகளுக்கும் உண்மையைக் கூறித் தங்கள் கம்பெனிக்கு ஆதரவு தேடினர்.

போட்டியிட்டுக் கட்டணத்தைக் குறைத்தும், பொய்ம்மொழிகள் புகன்றும் எண்ணம் கைகூடாமற் போகவே வெள்ளைக் கம்பெனியார் தங்கள் கப்பலில் பிரயாணிகள் கட்டணம் ஏதுமின்றி இலவசமாகச் செல்லலாமென்றும் அறிக்கை விடுத்தனர். அதுவும் பயன் தரவில்லை. இந்த மாயவித்தைகளினால் மக்களின் மன உறுதியைக் குலைக்க முடியவில்லை. அவர்கள் மனதில் நாட்டுப் பற்றாகிய தீ சுடர்விட்டு எரியத் தொடங்கியது. மக்கள் மன உறுதியை அறிந்த பிரிட்டிஷ் கப்பல் கம்பெனி முதலாளிகள் சிதம்பரனாரை அணுகி, சுதேசிக் கப்பல் கம்பெனியை விட்டு விலகுவதாயின் லட்சம் ரூபாய் தருவதாக மன்றாடினர்.

"வீர சுதந்திரம் வேண்டி நின்றார் பின்னர்
வேறொன்று கொள்வாரோ?"

என்று பாரதியார் பகர்ந்தது போல், நாட்டின் விடுதலைப் போரில் தமது உயிரையே அர்ப்பணிக்கத் துணிந்த வீரர் பொருளுக்காக நாட்டைக் காட்டிக் கொடுக்கத் துணிவாரோ? வெள்ளையரின் வஞ்சக வலையில் சிக்க மறுத்து அவர்களை விரட்டி விட்டார்.

ஈன்றாள் பசிகாண்பா ளாயினுஞ் செய்யற்க
சான்றோர் பழிக்கும் வினை

என்ற வள்ளுவரின் குறள் மொழியை குரு மொழியாகக் கொண்டவரன்றோ சிதம்பரனார்.

சிதம்பரனார், கப்பல் வாணிபத்தோடு நில்லாமல் கைத்தொழில் – விவசாய வளர்ச்சியிலும் கவனம் செலுத்தினார். 1921-ஆம் ஆண்டு அக்டோபர் 11ந் தேதியன்று சென்னை விவசாய கைத்தொழில் சங்கம் லிமிடெட் ஒன்றை சென்னை நகரில் துவக்கி வைத்தார். தொழில் துறையில் அனுபவமுள்ள பலர் அவருக்குத் துணைபுரிந்தனர். பங்கு ஒன்றுக்குப் பத்து ரூபாய் வீதம் பத்தாயிரம் ரூபாய் மூலதனம் சேர்க்கத் திட்டமிட்டார். பங்குத் தொகையான பத்து ரூபாயையும் பத்து மாதத்திற்குள் பல தவணைகளில் செலுத்தலாமென சங்கம் அறிவித்தது. ஏழைத் தொழிலாளர்களும் உழவர்களும் சங்கத்தின் பங்காளிகளாகச் சேர வேண்டுமென்பதற்காகவே இந்தச் சலுகை ஏற்படுத்தப்பட்டது. சங்கத்தின் குறிக்கோள்களாவன:

☆ உழவர், தொழிலாளர்களின் வாழ்க்கைத் தரத்தை உயர்த்தித் தரல்.

☆ உழவும், கைத்தொழிலும் நவீனகால முறைப்படி வளர்ச்சி பெறச் செய்தல்.

☆ சோப்பு, மெழுகுவர்த்தி, பித்தான் ஆகிய பொருள்களை உற்பத்தி செய்வதற்கான தொழிற்சாலைகளை ஏற்படுத்தல்.

☆ சுதேசிக் கைத்தொழில்களில் மாணவர்களுக்குப் பயிற்சியளிக்க தொழிற் கல்லூரியொன்றை ஏற்படுத்தல்.

☆ சென்னை மாகாணத்தின் பல ஜில்லாக்களிலும் தரிசாகக் கிடக்கும் விளை நிலங்களை வாங்கி, விஞ் ஞான முறைப்படி விவசாயம் செய்ய உழவர்களுக்குப் பயிற்சி அளித்தல்.

மற்றும், தரும சங்க நெசவுசாலை, தேசீயப் பண்டக சாலை என்ற இரண்டு துணை ஸ்தாபனங்களையும் தூத்துக்குடியில் தோற்றுவித்தார். இந்த ஸ்தாபனங்களுக்கு மக்களிடையே ஆதரவு தேட சுதேசிப் பிரசார சபை யொன்றையும் தமிழகத்தின் தலைநகராகிய சென்னையில் நிறுவினார்.திரு.வி.சர்க்கரை செட்டியார் இச்சபையின் தலைவராக இருந்து சுதேசிய வளர்ச்சிக்குப் பணிபுரிந்தார்.

வடக்கே வங்கப் பிரிவினை எதிர்ப்பு இயக்கத்தால் ஆங்கில சாம்ராஜ்யம் ஆட்டங்கண்டிருந்தது.அதே சமயத்தில், தெற்கே தமிழகப்போர் முனையில் ஆங்கிலேயரின் கப்பல் வாணிபச் சுரண்டலுக்கு முடிவு கட்ட முனைந்தார் சிதம்பரனார். ஆகவே, சாம்ராஜ்யமென்னும் நச்சு மரமானது இந்திய மண்ணில் வேருடன் விழுந்து விடுமோ என்று அதிகாரவர்க்கம் அச்சங்கொண்டது.ஆகவே, பிரிட்டிஷ் கம்பெனி முதலாளிகளுக்குத் துணையாக சுதேசிக் கப்பல் கம்பெனியை அழிக்கும் கொடுஞ் செயலில் ஈடபடுலா யினர் அரசாங்க அதிகாரிகள். இந்திய அதிகாரிகள் எவரும் சுதேசிக் கப்பலில் பிரயாணஞ் செய்யக்கூடாதென தூத்துக்குடி சப்மாஜிஸ்திரேட் வாலர் என்பார் இரகசியச் சுற்றறிக்கை விடுத்தார். வெள்ளை அதிகாரிகள் தங்கள் செல்வாக்குக்கு உள்பட்ட இந்திய வணிகர்களை அணுகி சுதேசிக் கப்பலில் பொருள்களை ஏற்றக் கூடாதென மிரட்டினர். இந்திய உயர்தர அதிகாரிகள் ஒவ்வொருவரும் சுதேசிக் கம்பெனியை அழிக்கும் வேலையில் ஈடுபடுமாறு வெள்ளை அதிகாரிகளால் வற்புறுத்தப்பட்டனர். இந்த இழிசெயலில் இறங்க மனமற்ற அதிகாரிகளில் சிலர் போலிக்காரணங்கள் காட்டி ஓய்வு பெற்றுக்கொண்டனர். மற்றும் பலர் வெளி ஜில்லாக்களுக்கு மாற்றிக்கொண்டனர்.

ஒருசமயம், சுதேசிக் கம்பெனிக் கப்பலானது பிரிட்டிஷ் கம்பெனிக் கப்பலொன்றின்மீது மோத முயன்றதாக அதிகாரிகளிடம் புகார் செய்தனர் பிரிட்டிஷ் கம்பெனி நிர்வாகிகள். அதுமுதல் பிரிட்டிஷ் கம்பெனிக் கப்பல் புறப்பட்டுச் சென்றபிறகே சுதேசிக் கம்பெனியின் கப்பல்

புறப்படவேண்டுமென சப் மாஜிஸ்திரேட் உத்தரவிட்டார். முதலில் செல்லும் கப்பல் என்ற காரணத்தால் பிரிட்டிஷ் கம்பெனிக் கப்பலில் ஏறுமாறு மக்களைத் தூண்டுவதற்கே இந்தச் சூழ்ச்சி. இந்த அநீதியான உத்தரவை எதிர்த்து ஜில்லா மாஜிஸ்திரேட்டிடம் அப்பீல் செய்தனர் சுதேசிக் கம்பெனியார். தங்கள் கப்பல், பிரிட்டிஷ் கம்பெனிக் கப்பலுடன் மோதியதோ அல்லது மோத முயற்சித்ததோ கிடையாதென்று நிரூபித்தனர். சப் மாஜிஸ்திரேட்டின் உத்தரவு நியாயமற்றதென உணர்ந்த ஜில்லா மாஜிஸ்திரேட், சுதேசிக் கப்பல் எந்த நேரத்திலும் புறப்பட உரிமை உண்டெனத் தீர்ப்பளித்தார்.

தூத்துக்குடியில் எங்காவது ஒரு மூலையில் ஒன்றிரண்டு பேருக்கு வயிற்றுப் போக்கு ஏற்பட்டு விட்டால் போதும்; ஊரில் காலரா இருந்து வருவதால் யாரும் கப்பல் பிரயாணம் செய்யக் கூடாதென்று மிகைப்படுத்தி பிரசாரம் செய்வர் சுகாதார அதிகாரிகள். கலோனியல் டாக்டர், கடற் சுங்க அதிகாரி, துறைமுக அதிகாரி ஆகிய வெள்ளை அதிகாரிகள் அத்தனைபேரும் சுதேசிக் கப்பலில் செல்வோருக்குத் தங்களால் எவ்வளவு தொந்தரவு கொடுக்க முடியுமோ அவ்வளவும் கொடுத்து வந்தனர்.

6. அரசியல் பிரவேசம்

சிதம்பரம் பிள்ளை, சுதேசியத்தின் மறுமலர்ச்சிக்குச் சேவை செய்வதோடு நின்றாரில்லை; அரசியலிலும் கலந்து பணியாற்றினார். நீண்ட கால அடிமைத்தனத்தின் பயனாக, இந்திய நாட்டின் செம்மையெலாம் பாழாகிக் கொடுமையே அறமாகித் தீர்ந்தவிட்டதைக் கண்டு பிள்ளையின் மனம் பதைத்தது. இந்நிலையிலிருந்த நாட்டை மீட்டு, குடிமக்கள் சொன்னபடி நடக்கும் குடியரசை அமைப்பதே இனித் தமது வேலையென எண்ணினார். அவ்வெண்ணத்தை நிறைவேற்ற இந்திய மக்களின் தாய்ச் சபையாம் காங்கிரஸ் மகாசபையில் சேரலானார்.

சிதம்பரம்பிள்ளை, ஆண்டுதோறும் கூடும் காங்கிரஸ் மகா சபைக்குப் பிரதிநிதியாகச் சென்று வந்தார். அந்நாளில் காங்கிரஸில் பாமரர்களின் ஆதிக்கம் வலுக்கவில்லை. பணக்காரர்களும், வக்கீல்களுமே அம்மகா சபையை நடத்தி வந்தனர். அவர்களிலும் இரண்டு பிரிவுகள் இருந்தன. ஒன்று மிதவாதம், மற்றொன்று தீவிரவாதம். பிள்ளை, தீவிரவாதிகள் கூட்டத்தைச் சேர்ந்தவர். காங்கிரசில் மிதவாதிகளே எண்ணிக்கையிலும், செல்வாக்கிலும் மிகுந்திருந்தனர். இவர்கள் ஆண்டுதோறும் காங்கிரஸ் சபையைக் கூட்டி, அரச வாழ்த்துக்குப் பின் அழகான தீர்மானங்கள் நிறை வேற்றுவதும் சரமாரியாகப் பேசுவதும் தவிர, செயலில் எதுவும் செய்து காட்டத் துணிவு கொண்டார்களில்லை. சுயராஜ்யம் என்றால்,

'வெள்ளையருக்குப் பதில் கறுப்பர் ஆள்வது' என்பதே, அவர்களது வியாக்கியானம்.

1907ம் ஆண்டு சூரத் நகரில் கூடிய காங்கிரஸ், மிதவாதிகளுக்கும் தீவிரவாதிகளுக்கும் ஏற்பட்ட கருத்து வேறுபாட்டால் குழப்பத்தில் கலைந்தது. அதன் பின்னர் லோகமான்ய திலகர் தலைமையில் தீவிரவாதிகள் ஒன்று கூடித் தங்கள் முற்போக்குக் கொள்கைகளை நாடெங்கும் பரப்பித் தேச மக்களை சுதந்திரப் போருக்குத் தயார் செய்வதெனத் தீர்மானித்தனர். திலகர், தமிழ் நாட்டில் தமது கொள்கைக்கு ஆதரவு தேடும் பொறுப்பு அனைத்தையும் சிதம்பரனாரிடமே ஒப்புவித்தார். "தென்னாட்டிலேயே சிதம்பரம்பிள்ளை ஒருவர்தான் சிறந்த வீரர் என்பது திலகரின் கருத்து" என ராஜாஜி சென்னையில் ஒரு பொதுக் கூட்டத்தில் கூறினார். அத்தகைய நம்பிக்கை வாய்ந்த சீடரிடம் திலகர் தமிழ்நாட்டை ஒப்படைத்ததில் வியப்பில்லையல்லவா?

அன்னிய ஆட்சியினால் விளையும் தீமைகளைப் பொது மக்களிடம் விளக்கிக் கூறி, அவர்களைத் தேசாபிமானிகளாகச் செய்யும் நோக்கத்துடன் சிதம்பரம் பிள்ளையவர்களின் முயற்சியால் 1908ம் ஆண்டில் திருநெல்வேலியில் தேசாபிமான சங்கம் ஒன்று நிறுவப் பெற்றது. இச்சங்கத்தார் அடிக்கடி பொதுக்கூட்டங்கள் கூட்டி சுதேசிப்பற்று, அன்னிய சாமான் விலக்கு, தேசியக் கல்வி ஆகியவற்றின் அவசியத்தை விளக்கிப் பிரசாரம் செய்து வந்தனர். சங்கம் வளர்பிறை போல நாளுக்கு நாள் வளர்வதாயிற்று.

துறவி சுப்பிரமணிய சிவா

சுப்பிரமணிய சிவா, என்பவர் மதுரை ஜில்லா வத்தலக்குண்டு என்னும் ஊரில் கிராம முனிசீப் ஒருவரின் மகனாகப் பிறந்தவர். ஆங்கில ஞானமும், தமிழறிவும் ஒருங்கே படைத்தவர். இளமையிலேயே மனைவியைப் பிரிந்து, குடும்ப வாழ்க்கையை வெறுத்து துறவு பூண்டவர்.

வீட்டை வெறுத்து வெளியேறிய நிலையிலும் நாட்டை வெறுக்க அவரால் முடியவில்லை. இளமைப் பருவம் காரணமாக இயற்கையாகவே புரட்சியுள்ளம் படைத்திருந்த சிவா, நாட்டில் வளர்ந்து வந்த விடுதலை இயக்கத்தினால் புத்துணர்ச்சி பெற்றார். அஞ்சா நெஞ்சமும், நினைத்த மாத்திரத்திலேயே எதையும் செய்து முடிக்கும் ஆற்றலும் அவரிடம் நிரம்பியிருந்தது. தன்னந்தனியே, கிராமம் கிராமமாகச் சென்று சுதேசிப் பிரசாரம் செய்து வந்த சிவா, 1907ம் ஆண்டு திருநெல்வேலிக்கு வந்து சேர்ந்தார். அவரது வருகையை அறிந்த தேசாபிமான சங்கத்தார் அவரைத் தங்கள் பிரசாரத்திற்குப் பயன்படுத்திக் கொண்டனர். சிவா, பொதுக்கூட்டங்களில் தொடர்ந்து பேசி வந்தார். சிவாவின் சொற்பொழிவைக் கேட்க வெகு தூரத்திலிருந்தும் மக்கள் திரள்திரளாக வந்தனர். சிவா தூத்துக்குடிக்கும் வந்து பல பொதுக் கூட்டங்களில் பேசினார். இக்காலத்தில் சிதம்பரனார் சுதேசிக் கப்பல் கம்பெனியின் செயலாளராகவிருந்ததால், கம்பெனி வேலை முடிந்ததும் மாலை நேரங்களில் தூத்துக்குடி கடற்கரையில் நடைபெறும் பொதுக்கூட்டங்களுக்கு வந்து சிவாவின் பேச்சைக் கேட்டு அகமகிழ்வார். இருபத்தி மூன்று வயதுகூட நிரம்பப் பெறாத இளைஞரான சிவாவின் துறவிக் கோலமும், துடி துடிப்பான பேச்சும் சிதம்பரனாரின் சிந்தனையைக் கவர்ந்தன. "கற்றாரைக் கற்றாரே காமுறுவர்" என்னும் ஆன்றோர் மொழிப்படி சிதம்பரனாரும், சிவாவும் பிரியா நட்புக் கொண்டனர்.

வ.உ.சி.பேசுகிறார்!

நாளடைவில், பொது மக்கள் வற்புறுத்தலின்பேரில் சிதம்பரனாரும் பொதுக் கூட்டங்களிற் பேசலானார்; சிவாவின் பேச்சில் நெருப்புப் பொறி பறக்கும். சிதம்பரனார் பேச்சு சூறைக்காற்று போல் சுழற்றியடிக்கும். ஏற்கனவே எரிந்து கொண்டிருக்கும் தீயுடன் காற்றும் சேர்ந்தால் கேட்க வேண்டுமோ? மக்களின் மனத்தில் நாட்டுப்பற்று நன்கு சுடர்விட்டெரியலாயிற்று. வெள்ளை

முதலாளிகளின் கொடுமைகளுக்கு ஆளாகியிருந்த ஹார்வி மில் தொழிலாளர்களுக்கு இவர்களின் ஆவேசப் பேச்சுக்கள் புத்துணர்ச்சியை உண்டாக்கின. சுதேசிப் பொருள்களை ஆதரிக்க வேண்டியதன் அவசியத்தை வாதத் திறமையுடன் வற்புறுத்திக் கூறுவார் வ.உ.சி.. அன்னியப் பொருள்களை விட சுதேசிப் பொருள்களின் விலை அதிகமாக இருக்கிறதே என்போருக்கு, "அதிகவிலையா? யாருக்குக் கொடுக்கிறீர்கள்? உங்கள் நாட்டு மக்கள் உங்கள் சகோதரர்களுக்குத்தானே!" எனப் பளிச்சென்று பதிலளிப்பார்.

"இந்தியர்களுக்கு ஆளத் தெரியாது; அவர்களிடம் அரசாங்கத்தை ஒப்படைத்தால் அமைதி குலையும்; அபாயம் நேரும்" என்பது அக்காலத்தில் ஆங்கிலேயர் அடிக்கடி பாடி வந்த பல்லவி. அதற்கு 'ஆமாம்' போட்டனர், மிதவாதக் கூட்டத்தார். அவர்களின் கூற்றை ஆவேசமாகக் கண்டிப்பார் வ.உ.சி.

"நாம் ஆளத் தெரிந்து கொண்டு வந்தால், நம்மிடம் அரசாங்கத்தை ஒப்படைப்பார்களாம்! இது அறியாமைப் பேச்சு. நீந்தத் தெரிந்து கொள்ள விரும்புபவனை, நீ முதலில் நீந்தக் கற்றுக் கொண்டு வா; பிறகு நீரில் இறங்கலாம்! என்று சொல்வது போலாகும் இது. ஒரு குழந்தையை ஓடப் பழக்க வேண்டுமானால் அது எத்தனையோ தரம் விழும்; அடிப்பட்டுக் கொள்ளும்; இவ்வளவும் ஆனால்தான் ஓடிஆட கற்றுக் கொள்ளும். அதுபோலவே நாமும் சுயராஜ்யத்தில் இப்போதே பிரவேசித்து பல தவறுகள் செய்து அதினின்றும் தேர்ச்சி பெற்றுத் தானாக வேண்டும். அன்னியருக்கு அடிமைகளாக வாழ்வதை விட ஆளத் தெரியாததால் அழிந்து விடுவதே மேல்''

எனக்கூறி வம்பளக்கும் மிதவாதக் கூட்டத்தின் வாயடைக்கச் செய்வார்.

தூத்துக்குடியில் சுதேசிக் கிளர்ச்சி அரசியல் புரட்சியாக உருவெடுப்பதை அறிந்த அதிகாரிகள், "மக்களில் எவரும் ஆயுதங்களோ, அல்லது தடிக்கம்புகளோ எடுத்துக் கொண்டு வெளியே செல்லக் கூடாது" என்று ஆணை பிறப்பித்தனர். இதை அறிந்து சிதம்பரனார் ஆத்திரப்பட்டார். வேல் பிடித்த வீரத் தமிழரின் கைகள் வெறும் கோல் பிடிக்கவும் உரிமையற்றுப் போனதைப் பற்றி அவர் கூறியதாவது;–

"ஆங்கிலேயர், நாம் தடிக்கம்புகள் வைத்துக் கொள்வதைக் கூட தடை செய்யத் துணிந்துவிட்டனர். சுதேசிகள் 5 1/2 அடி நீளத்துக்கு மேலுள்ள கம்புகளை கையிலெடுத்துக் கொண்டு வெளியே செல்லக் கூடாதாம்! உண்மையில், நாம் இப்போதுதான் பலம் அடைந்து விட்டோம். படை பலம் படைத்த அரசாங்கம் நாம் தடிக்கம்பு தாங்குவதைக் கண்டும் அஞ்சுகிறது. இந்தியர்களே! நீங்கள் இந்தத் தடிக்கம்பையும் விட்டுவிட வேண்டாம். இதையும் விட்டுவிடுவீர்களானால், உங்களுடைய சந்ததிகள், பரங்கி களின் உள்ளங் கால்களை நக்க வேண்டிய நிலைமைக்கு வந்து விடுவார்கள்."

எனப் பேசி அரசாங்கத்தாரின் ஆணைகளை மீறுமாறு எதிர் ஆணை பிறப்பிப்பார். சிதம்பரனார், அடிமைத்தனத்தால் மக்கள் படும் அவதியை வருணிக்கும் போது அவர் கண்களில் தாரை தாரையாக நீர் பெருகும். சில சமயங்களில் நெஞ்சு விம்மி நிலை குலைந்து புலம்புவார். ஆனால் மறு கணத்திலேயே அந்த அழுகை ஆவேசமாக மாறும். "ஆளப்பிறந்த மக்கள் அடிமைகளாக வாழ்வதா? பண்டம் விற்க வந்த வணிகக்கூட்டம் பாரத நாட்டை ஆள்வதென்றால், அதை நாம் பார்திருப்பதா? முப்பது கோடி மக்களை ஆறாயிரம் மைல்களுக்குகப்பாலிருந்து வந்த ஐந்து லட்சம் வெள்ளையர்கள் ஆள்வதென்றால் இதைவிட அவமானம் வேறு என்ன இருக்க முடியும்?" என்று அவர் கூறும்போது கேட்கின்ற மக்களின் மனதிலே கிளர்ச்சி பொங்கி எழும். அந்தக் கிளர்ச்சிதான் பின்னால் கிளம்பிய

திருநெல்வேலிப் புரட்சிக்கு அடிப்படையாக அமைந்தது. சிதம்பரனார் மேடைப்பேச்சோடு நின்று விடாமல் வீரத்திற்கு விளை நிலமான பாண்டி நாட்டில் பிரிட்டிஷ் ஏகாதிபத்தியத்திற்கு எதிராகப் படைதிரட்டினார்! க்ஷவரத் தொழிலாளர், சலவைத் தொழிலாளர் வண்டி ஓட்டுவோர் முதலிய பாட்டாளி மக்கள் அனைவரும் சேர்ந்தனர். கிராமத்திற்குக் கிராமம், வீதிக்கு வீதி கூட்டங்கள் போட்டு சுதேசிக் கிளர்ச்சியில்– சுதந்திரப் புரட்சியில் ஈடுபடுமாறு மக்களைத் தூண்டினார்.

பாலர் விடுதலை விழா

அறிஞர் விபின சந்திர பாலர், இந்தியத் தேசீய காங்கிரஸ் முன்னணித் தலைவர்களில் ஒருவர். வங்க மாகாணத்தின் முடிசூடா மன்னரெனப் புகழ் பெற்றவர். நாவன்மையில் இந்தியா முழுமையும் அந்தக் காலத்தில் அவருக்கு இணையாக இன்னொருவரைச் சொல்ல முடியாது. கேட்பார் பிணிக்கும் தகையராய் கேளாரும் வேட்ப மொழியும் வித்தகராய்த் திகழ்ந்தார் விபின சந்திரர். அக்காலத்தில், காங்கிரஸ் தீவிரக் கட்சித் தலைவர்களில் ஒருவராக விளங்கிய அரவிந்த கோஷ் மீது ஒரு சதி வழக்கு நடைபெற்றது. அந்த வழக்கில் அரசாங்கத் தரப்பு சாட்சியாக விபின சந்திர பாலர் அழைக்கப்பட்டிருந்தார். அரவிந்தருக்கு விரோதமாக சாட்சி கூற பாலர் சம்மதிக்கவில்லை. ஆகவே, கோர்ட்டை அவமதித்த குற்றத்திற்காக ஆறுமாத சிறைத் தண்டனை அடைந்தார். தமது தண்டனைக் காலம் முடிந்ததும் 1908ம் ஆண்டு மார்ச்சு மாதம் 9ந் தேதி பாலர் விடுதலை பெற்றார். அவர் விடுதலை பெறும் நாளை திருநெல்வேலி ஜில்லாவெங்கும் திருநாளாகக் கொண்டாடுவதெனத் தேசாபிமான சங்கத்தார் தீர்மானித்தனர். இதையறிந்த சர்க்கார் அதிகாரிகள் சஞ்சலங் கொண்டனர். மார்ச்சு 9ந் தேதியன்று தூத்துக்குடியில் ஊர்வலமோ, பொதுக்கூட்டமோ நடத்தக்கூடாதென்று மாஜிஸ்திரேட் தடையுத்தரவு பிறப்பித்தார். மக்கள் தங்கள்

நலத்தைக் கோரிப் பாடுபட்ட தலைவர் சிறைக் கஷ்டத் திலிருந்து விடுபட்டதற்கு மகிழ்ச்சியைத் தெரிவிக் கும் கொண்டாட்டங்களை நடத்துவதைக் கூட அனுமதிக்க அதிகார வர்க்கம் மனங் கொள்ள வில்லை. விபின சந்திர பாலர் ஏகாதிபத்திய எதிரியல்லவா?

மாஜிஸ்திரேட், சிதம்பரம் பிள்ளையை நேரில் வரவழைத்து பாலர் விடுதலைக் கொண்டாட்ட சம்பந்தமாக நடைபெற விருக்கும் ஊர்வலங்களிலோ, பொதுக் கூட்டங்களிலோ கலந்து கொள்ளக் கூடாதென எச்சரிக்கை செய்தார். அம்மாதிரி எழுத்து மூலம் உத்தரவு தரும்படி கேட்டதற்கு மாஜிஸ்திரேட் மறுத்துவிட்டார்.

பிள்ளையின் தீவிரப் போக்கையும் அதிகாரிகளின் அடக்குமுறையையும் கண்ட சுதேசிக் கப்பல் கம்பெனி நிர்வாகிகள் இதனால் யாது விளையுமோ என அச்சங் கொண்டு நிர்வாகக் குழுவின் அவசரக் கூட்டத்தைக் கூட்டினர். அதில் கம்பெனியின் நன்மையைக் கருதி சிதம்பரனார் அரசியல் நடவடிக்கைகளில் ஈடுபடலாகாதெனத் தீர்மானித்தனர். "வளர்த்த கடா மார்பில் பாய்வது" போன்ற இந்த நடவடிக்கையைக் கண்டு பிள்ளை மனம் வருந்தினார்.

சுதேசிக் கம்பெனி பங்குதாரர்களில் மிகப் பெரும்பாலோர் லாபத்தைக் கருதியே சேர்ந்தவர்கள். அவர்கள் நாட்டில் கொழுந்து விட்டெரிந்த சுதேசி இயக்கத் தீயில் சுயநலக் குளிர்காய நினைத்தார்கள். ஆனால், கம்பெனியைத் தோற்றுவித்த சிதம்பரனாரின் எண்ணமோ வேறு விதமாக இருந்தது. அவர் கம்பெனியைத் துவக்கியது தமக்குப் பொருள் சேர்ப்பதற்கோ புகழ் சேர்ப்பதற்கோ அல்ல. இந்தியாவின் செல்வத்தைச் சுரண்டிக் கொண்டிருக்கும் வெள்ளை வணிகக் கூட்டத்தை இந்தியக் கண்டத்தை விட்டு விரட்டுவதற்கேயாகும். ஆகவே சிதம்பரனார் கம்பெனி நிர்வாகிகளின் தீர்மானப்படி நடக்க மறுத்து விட்டார்.

கப்பல் கம்பெனி நிர்வாகிகள் மட்டுமன்றி, சிதம்பரனாரின் நெருங்கிய நண்பர்கள் பலரும் அவரை அரசியலில் ஈடுபட வேண்டாமென கேட்டுக்கொண்டனர். "சுதேசியத்தை வளர்ப்பதோடு நாம் நின்று விடுவோம். பரதேசப் பொருள்களைப் பகிஷ்கரிக்கும் கிளர்ச்சியை மற்றவர்கள் நடத்தட்டும்" என்பது அந்த நண்பர்களின் கட்சி. இது சிதம்பரனாருக்குப் பிடிக்கவில்லை. தம்மை வேண்டிக் கொண்ட நண்பர்களுக்கு சிதம்பரனார் விடுத்த பதில் இது:

"சிலர், சுதேசியத்தை வற்புறுத்துங்கள்; அன்னியப் பொருள்களை விலக்குமாறு பேசாதீர்கள்" என்கின்றனர். இது சுத்தப் பிதற்றல். அன்னியப் பொருள்களை விலக்காமல் சொந்த பொருள்களை எவ்வாறு விருத்தி செய்வது? மெய் பேச வேண்டுமென்றால், பொய்யை விலக்க வேண்டும்; நல்லொழுக்கத்தைக் கைப்பற்ற வேண்டுமென்றால் தீயொழுக்கத்தைக் கைவிட வேண்டும். அதுபோலவே சுதேசிப் பொருள்களை வளர்க்க வேண்டுமாயின் பிரதேசப் பொருள்களை பகிஷ்கரிக்கத்தான் வேண்டும். இது சொல்லாமலே தெரியவில்லையா? குட்டிச் சுவரில் முட்டிக் கொள்ள வெள்ளெழுத்தா?

சுதேசியமென்பது வெறும் பொருள்களோடு நிற்பதன்று. வாணிபத்தில் சுதேசியம்; கல்வியில் சுதேசியம்; ஆட்சியில் சுதேசியம்; இப்படி நமது வாழ்க்கையின் எல்லாத் துறைகளிலும் சுதேசிய மணம் கமழ வேண்டு மென்பதே எனது உள்ளக்கிடக்கை.

நமக்குள் நேரும் வழக்குகளைக் கூட நாமே தீர்த்துக் கொள்ள வேண்டும். அன்னிய ஆட்சி அமைத்துள்ள கோர்ட்டுகளுக்குப் போகக் கூடாது. ஊருக்கு ஒரு நீதிமன்றம்; தெருவுக்கு ஒரு பஞ்சாயத்து சபை ஏற்பட வேண்டும்."

பிள்ளையவர்கள் சுதேசிக் கப்பல் கம்பெனியைத் துவக்கியது சுதந்திரப் போருக்குத் துணை புரியவே என்பதை உணர்ந்த ஏகாதிபத்தியம் அவர்மீது வலுவில் போர் தொடுத்தது. எனினும், சிதம்பரனார் கொஞ்சமும் அஞ்சவில்லை. கலெக்டரின் அதிகார ஆணையையோ காசாசை கொண்டகம்பெனி நிர்வாகிகளின்கட்டளையையோ அவர் சிறிதும் மதிக்கவில்லை.

முன் ஏற்பாட்டின் படியே மார்ச் 9ந் தேதியன்று விபின சந்திரபாலரின் விடுதலைத் திருநாள் திருநெல்வேலியில் சிறப்பாக நடைபெற்றது. கலகம் ஏதும் நிகழாதிருக்கப் போலீஸ் அதிகாரிகள் முன்னெச்சரிக்கையான ஏற்பாடுகளைச் செய்திருந்தனர். சிதம்பரனாரும் சிவாவும் கலெக்டரின் தடையுத்தரவை மீறிப் பதினாயிரக்கணக்கான மக்களடங்கிய ஊர்வலத்தில் கலந்து கொண்டதுடன் பொதுக் கூட்டத்திலும் பேசினார்.

இவ்விதமாகத் திருநெல்வேலிஜில்லா வங்காளத்தையும் மிஞ்சி நின்றது. எங்கும் சுதந்திரப் பேச்சு; வந்தே மாதர முழக்கம்; வெள்ளையரைக் கண்டால் வெறுப்பு; அதிகாரிகளைக் கண்டால் ஆத்திரம்; அன்னிய ஆடை தரித்தவரைக் கண்டால் கோபம். அன்னியக் கப்பல் கம்பெனியை ஆதரிப்பவர்களுக்கும், அன்னிய ஆடையை அணிந்தவர்களுக்கும் சுதேசிக் கிளர்ச்சியை அடக்குவதில் அதிகாரிகளுடன் ஒத்துழைக்கும் தேசத் துரோகிகளுக்கும் சலவைத் தொழிலாளி துணிவெளுக்க மாட்டார்; க்ஷவரத் தொழிலாளி க்ஷவரம் செய்யமாட்டார்; பலகாரக் கடைக்காரர் பண்டந் தரமாட்டார்; வண்டிக்காரர் வண்டி ஓட்டமாட்டார். இவ்வாறு திருநெல்வேலி ஜில்லா வெங்கும் சிதம்பரனார் இட்டது சட்டமாயிற்று. அவர் வார்த்தைக்கு மறுவார்த்தை கூறுவாரில்லை. அவரது ஆணை பிறந்தால் அனலையும் விழுங்க மக்கள் தயாராயிருந்தனர்.

சிதம்பரனாரின் தீவிரப் போக்கையும் பொது மக்களிடையே அவருக்குள்ள செல்வாக்கையும் கண்டு

அதிகாரிகள் அச்சங் கொண்டனர். பிரிட்டிஷ் சாம்ராஜ்யம் நிலைத்திருக்கச் சிதம்பரனாரைச் சிறை செய்தே தீர வேண்டுமென்று முடிவு செய்தனர். தூத்துக்குடியிலேயே கைது செய்வதென்றால் ஜனங்கள் ஆத்திரங்கொண்டு கலகம் விளைவிப்பரென்று அஞ்சிய கலெக்டர் விஞ்ச், திருநெல்வேலிக்கு வந்து தம்மைச் சந்திக்க வேண்டுமென சிதம்பரனாருக்கும் சிவாவுக்கும் ஆணை அனுப்பினார்.

7. சிதம்பரனார் சிறைப்பட்டார்

கலெக்டர் விஞ்சின் அழைப்பை ஏற்று திருநெல்வேலி செல்லத் தீர்மானித்தார் வ.உ.சி. சிவாவைத் தவிர மற்ற நண்பர்கள் எல்லோரும் அவர் திருநெல்வேலி செல்லக் கூடாதென்று தடுத்தனர். கலெக்டர் விஞ்சு சிதம்பரனாரை திருநெல்வேலியில் சிறைப்படுத்தி விடுவார் என்று எல்லோரும் நம்பினர். சிதம்பரனாரும் இதை அறிவார். என்றாலும் கலெக்டரின் அழைப்பை அவமதிப்பதால் நேரவிருக்கும் தொல்லை அதிகப்படுமேயொழிய குறையா தென்பதை அவர் அறிந்திருந்தார். ஆகவே ஆட்சேபித்த நண்பர்களுக்கெல்லாம் ஆறுதல் கூறி துணைவர் சிவாவுடன் திருநெல்வேலி சென்று மார்ச்சு மாதம் 12ந் தேதி கலெக்டரைப் பேட்டி கண்டார்.

அப்பேட்டியில் சிதம்பரானர் மீது சீறிவிழுந்து மனம்போனவாறெல்லாம் வன்சொல் வழங்கினார் கலெக்டர் விஞ்சு. விஞ்சின் சீற்றம் கண்டு அஞ்சவில்லை ஆண்சிங்கம்! அச்சத்தைத் துச்சமெனத்தள்ளி, கலெக்டருக்கு சுடச்சுட பதில் கொடுத்தார். கவியரசர் பாரதி கவிதைவடிவில் தந்துள்ளபடி, கலெக்டர் விஞ்சுக்கும் கப்பலோட்டிய தமிழருக்கும் நடைபெற்ற வாக்குவாதம் வருமாறு:-

"அனுமதியின்றிக் கூட்டம் கூட்டி, அரச நிந்தனையாகப் பேசியது ஒரு குற்றம்!"

"ஒன்றுமறியாத பாமர மக்களை வந்தேமாதரம் என்று கோஷிக்குமாறு தூண்டியது பிறிதொரு குற்றம்!"

"ஆளும் சாதியாரான ஆங்கிலேயரைத் தூஷித்ததோடு, அவர்கள் இந்நாட்டை விட்டு ஓடும் வகையில் கப்பலோட்டியது இன்னொரு குற்றம்!"

"இனியும் இப்படிச் செய்தால் உன்னைச் சுட்டுக் கொன்று, உன் நாட்டு மக்களுக்குப் புத்தி புகட்டுவேன்; தட்டிக் கேட்க ஆள் எது? கேட்பாருண்டேல், அவர்களையும் சிறையில் தள்ளிப் பழி தீர்த்துக் கொள்ளுவேன்"

– என்றார் விஞ்சு. கலெக்டரின் குற்றச்சாட்டுகளை மறுத்து சிதம்பரனார் தந்த பதில்:

"எங்கள் நாட்டில் நாங்கள் கூடிப்பேச அன்னியரான உங்கள் அனுமதி வேண்டுமோ? இந்த அநீதி எந்த நாட்டிலேனும் உண்டோ? தெய்வம்தான் ஏற்குமோ?"

"வந்தேமாதரம் என்று கோஷிப்பதுமா குற்றம்? 'வந்தேமாதரம்' என்பதன் பொருள்தானென்ன? எமது தாய்நாட்டை வாழ்த்துகிறோம் - தலையார வணங்குகிறோம் என்பதன்றோ? "தாய்நாடு வாழ்க!" எனக் கோஷிப்பது குற்றமானால் அந்தக் குற்றத்தை எங்கள் இறுதி மூச்சு இருக்கும் வரை செய்து கொண்டே இருப்போம். தாயகத்தை வாழ்த்துவது ஈனச் செயலன்று"

"எங்கள் நாட்டு வாணிபம் வளம் பல பெருகக் கப்பல் ஓட்டுகிறோம். அச்செயல் குற்றமா? எங்கள் நாட்டுச் செல்வத்தைப் பிற நாட்டார் சுரண்டிச் செல்வதைப் பார்த்து அழுது கொண்டுதானிருக்க வேண்டுமா? பட்டினியால் செத்து மடிவதற்குத் தானா நாங்கள் பிறவி எடுத்தோம்? கொடுமையை எதிர்க்கும் ஆண்மை எங்களுக்கும் உண்டு. உலக வாழ்வு கசந்து விட்டால் உயிர் மட்டும் இனிக்குமோ?"

“நாங்கள் முப்பது கோடி மக்களும் ஒன்றுபட்டு உங்களை எதிர்ப்பதென்ற முடிவுக்கு வந்துவிட்டோம். இனியும் அடக்கு முறைகளால் ஆள்வது ஆகாத காரியம். சுட்டுக் கொல்வதல்ல; சதையைத் துண்டம் துண்டமாக வெட்டி எடுத்து வேதனைப்படுத்தினாலும் எங்கள் முடிவு மாறாது. இதயத்தே வளரும் சுதந்திரப் பற்றும் மாயாது. இது திண்ணம்.”

சிதம்பரனார் பதிலுரைத்த பான்மை கண்டு, கலெக்டர் விஞ்சின் ஆத்திரம் அதிகரித்தது. திருநெல்வேலி ஜில்லாவை விட்டு உடனே வெளியேறச் சம்மதிக்க வேண்டுமென்றும், அரசியல் கிளர்ச்சியில் ஈடுபடுவதில்லையென நன்னடக்கை ஜாமீன் தரவேண்டுமென்றும் சிதம்பரனாரிடம் கலெக்டர் கூறினார். சிதம்பரனார் ஜாமீன் தரவோ, ஜில்லாவை விட்டு வெளியேறவோ தம்மால் இயலாதென்றும், வேண்டுமானால் தம்மைக் கைது செய்யலாமென்றுங் கூறினார். உடனே சிதம்பரனாரும் சிவாவும் கலெக்டர் முன்னிலையிலேயே கைது செய்யப்பட்டார்கள். சிதம்பரனாரின் இல்லத்தையும் போலீசார் சோதனை செய்து சில கடிதங்களைக் கைப்பற்றினர்.

திருநெல்வேலிக் குழப்பம்

சிதம்பரனார் கைது செய்யப்பட்ட செய்தி திருநெல்வேலி முழுவதும் காட்டுத் தீப்போல் சில வினாடிகளுக்குள் பரவியது. மறுநாள் (மார்ச்சு மாதம் 13ம் தேதி) வர்த்தகர்கள் கடையடைத்தனர்; மாணவர்கள் பள்ளிக்கூடங்களுக்குச் செல்லாது பவனி வந்தனர். இவ்விதமாக ஊர் முழுவதும் கடையடைப்பும் கொந்தளிப்புமா யிருந்தன. தேச பக்தர்களும், தேசீய ஸ்தாபனங்களும் சிதம்பரனாரைக் கைது செய்ததைக் கண்டித்துப் பொதுக் கூட்டங்களும் ஊர்வலங்களும் நடத்தினர். நகரில் அமைதியைக் காக்க போலீஸ் படை தருவிக்கப்பட்டது. தொழிலாளர்கள் சிறுசிறு கூட்டங்காளகச் சேர்ந்து நகரின் பல பாகங்களிலும் ஊர்வலஞ் சென்றனர். வீதியிலுள்ள முனிசிபல் விளக்குகளெல்லாம் பிடுங்கி

எறியப்பட்டன. முனிசிபல் மண்ணெண்ணெய்க் கிடங்கு தீக்கிரையாயிற்று. சிலர் முனிசிபல் காரியாலயத்திற்குள் புகுந்து அங்கிருந்த பொருள்களையெல்லாம் வெளியில் கொண்டு வந்து நெருப்பிட்டுக் கொளுத்தினர். சர்ச்மிஷன் கல்லூரிக்குள் புகுந்து ரெவரெண்டு ஷாப்டர் என்னும் தலைமையாசிரியரை 'வந்தேமாதரம்' என்று சொல்லும்படி வற்புறுத்தினர். அவர் மூன்று முறை 'வந்தே மாதரம்' என்று உரத்து உச்சரித்து உயிர் தப்பி ஓடினார். அக்கல்லூரியிலுள்ள சாமான்களையெல்லாம் உடைத்து வீதியில் விட்டெறிந்தனர். பின்னர், போலீஸ் ஸ்டேஷனுக்குள் புகுந்து துப்பாக்கி முதலிய ஆயுதங்களை சேதப்படுத்தியதுடன் கட்டிடத்தையும் தீ வைத்துத் கொளுத்தினர். இவ்விஷயமறிந்து கலெக்டரும் போலீஸ் சூப்பரின் டெண்டும் ஸ்தலத்திற்கு விரைந்து வந்து கலகத்தை அடக்க முயன்றனர் டிப்டி. கலெக்டர் ஆஷ், தம் கைத்துப்பாக்கியால் கலகக்காரர்களை நோக்கிச்சுட்டார். இதனால் நால்வர் மாண்டதுடன் மூவர் படுகாயம் அடைந்தனர். வலம்புரியம்மன் கோயிலில் பணிசெய்யும் 17 வயது சிறுவன் வீதியில் வந்து கொண்டிருக்கையில், கையிலிருந்த தேங்காய் கீழே விழவும் அதை எடுக்கக் குனிந்தான்; அவ்வளவு தான்! விஞ்சின் கைத்துப்பாக்கியிலிருந்து புறப்பட்ட குண்டு சிறுவன் மண்டையில் பாய்ந்து அங்கேயே மாண்டான். ரொட்டிக் கடையில் வேலை செய்யும் 18 வயதுப்பையன் கடையைப் பூட்டிக் கொண்டு கையில் சாவியுடன் வீடு செல்கையில் சுடப்பட்டு மாண்டான்.

கலெக்டரின் கைத்துப்பாக்கிக்கு இரையான நால்வரில் இருவர் இந்துக்கள்; ஒருவர் முஸ்லிம்; மற்றொருவர் ஆதித்தமிழர். இறந்தவர்களின் பிரேதத்தை அப்புறப்படுத்தவோ காயமடைந்தவர்களுக்கு சிகிச்சை செய்விக்கவோ அதிகாரிகள் அக்கறை கொள்ளாது வீதி யிலேயே விட்டுச்சென்றனர்; மாலை வரை பிரேதங்கள் வீதியிலேயே கிடந்த பின்னர் அவற்றின் உறவினர்கள் வந்து எடுத்துச்சென்றனர்.

கலகக்காரர்கள் கற்களால் அடித்ததால் இன்ஸ்பெக்டருக்கு மண்டை உடைந்தது; கலெக்டருக்கும் சொற்ப காயம். குழப்பம் மூன்று நாட்கள் வரை தொடர்ச்சியாக நடைபெற்றது. இதே சமயத்தில் தூத்துக்குடியிலும் தச்சநல்லூரிலும் கடையடைப்பும் குழப்பமும் நிகழ்ந்தன. தச்சநல்லூரில் யூனியன் ஆபிஸ் கொளுத்தப்பட்டது. சாதாரண போலீசாரால் அமைதி நிலவச் செய்வது அசாத்தியம் என்று உணர்ந்து, சென்னை சர்க்கார் தண்டப் போலீஸ் படையைத் திருநெல்வேலி, தூத்துக்குடி, தச்சநல்லூர் ஆகிய இடங்களுக்கு அனுப்பி வைத்து அப்படையினருக்காகுஞ் செலவுத் தொகை பொது மக்களிடமே வசூல் செய்யப்படுமென அறி வித்தனர். திருநெல்வேலி ஜில்லாவிலுள்ள வெள்ளையர்கள் வீடுகளிலெல்லாம் ராணுவத்தினர் காவல் புரிந்தனர். கனம் குருசாமி ஐயரும் மற்றும் இரு பிரமுகர்களும் சென்னைக்கு வந்து தண்டப் போலீசை அகற்ற வேண்டுமென கவர்னரை வேண்டினர். ஊரிலுள்ள பெரிய மனிதர்கள் குழப்பத்தை அடக்கப் போலீசாருக்குத் தக்க சமயத்தில் உதவி புரியாததால், தண்டப் போலீசை அனுப்ப நேரிட்டதென்றும், மீண்டும் அமைதி நிலவும் வரை திருப்பி அழைக்க முடியாதென்றும் கவர்னர் கூறினார். பிரமுகர்கள் ஏமாற்றத்துடன் ஊர் திரும்பினர்.

இந்தக் குழப்பத்தில் சம்மந்தப்பட்டதாகக் கூறி தச்சநல்லூர், திருநெல்வேலி, தூத்துக்குடி முதலிய விடங்களில் 89 பேர்களைப் போலீசார் கைது செய்து வழக்குத் தொடுத்ததில், ஒருவர் விடுதலையானார்; மற்றவர்கள் பலவித தண்டனைகள் அடைந்தனர்.

கொடுந்தண்டனை !

1908ம் ஆண்டு பிப்ரவரி மாதம் 23, 26ந் தேதிகளிலும் மார்ச்சு 1, 3ந் தேதிகளிலும் அரச நிந்தனையாக பேசியதாக 123–ஏ பிரிவுப்படியும், சுப்பிரமணிய சிவாவுக்கு இடமும், உணவும் அளித்து உதவியதாக 153–ஏ பிரிவுப்படியும் சிதம்பரம் பிள்ளை மீது போலீசார் வழக்கு தொடுத்தனர்.

இவ்வழக்கு திருநெல்வேலி ஜில்லா அடிஷனல் மாஜிஸ்திரேட் இ.எச். வாலேஸ் முன்பு மார்ச்சு மாதம் 26ந் தேதி விசாரணைக்கு எடுத்துக் கொள்ளப்பட்டது. சிதம்பரனாரின் சொற்பொழிவுகளில் ஆட்சேபகரமானவையென சர்க்கார் தரப்பில் கூறப்பட்ட பகுதிகள் பின்வருமாறு:–

"மக்கள் ஒன்று சேர்ந்தால் வெள்ளையரை விரட்டி விடலாம். நாம் எல்லோரும் ஒன்று சேர்ந்து விட்டோம் எனத் தெரிந்தால் போதும், அவர்களே போய் விடுவார்கள்."

"இந்தியாவில் 50 ஆயிரம் வெள்ளையர்கள் உள்ளனர். கட்டாயத்தின் பேரில் அவர்களை வெளியேற்றுவது எளிதேயாகும். ஆனால், இந்தியர்கள் பலாத்காரஞ் செய்யக் கூடாது. என்றாலும், வெள்ளையருக்கு நாம் அஞ்ச வேண்டியதில்லை"

"இந்தியர்கள் தாங்கள் தீர்மானித்தபடி அன்னிய நாட்டுத் துணி, சர்க்கரை, எனாமல் பாத்திரம் முதலிய பொருள்களை வாங்காமல் இருந்தால் ஆங்கிலேயர் தாங்களாகவே இந்தியாவை விட்டுப் போய் விடுவார்கள்."

"இன்னும் பிரிட்டிஷ் கப்பல் கம்பெனிக்குச் சிலர் உதவி செய்கிறார்கள். இனி நான் அவர்களைக் கேட்கப் போவதில்லை. சிலர் என்னிடம் வந்து அப்படிப்பட்டவர்களுக்குக் கெடுதல் செய்வதாகக் கூறினார்கள். நான் அவர் களைத் தடுத்தேன். தங்களுக்கு என்ன நேர்ந்தாலும் நேரட்டும் என்று அவர்கள் சொன்னார்கள்."

"க்ஷவரத் தொழிலாளர்கள், அன்னிய ஆடை தரித்தவர்களுக்குத் தாங்கள் இனி வேலை செய்வதில்லையெனச் சத்தியஞ் செய்து கொடுத்திருக்கிறார்கள். அப்படிப்பட்ட ஒருவர் வந்தால், கத்தியால் அவர் தலையைத் தொட்டு அனுப்பி விடுவார்கள்."

“சுய ஆட்சியைத் தவிர அன்னிய ஆட்சியை விரும்புகிறர்களுண்டோ? வருவதெல்லாம் வரட்டும்; நாம் எதற்கும் அஞ்ச வேண்டியதில்லை.”

சிதம்பரம் பிள்ளைக்காகத் தஞ்சை வக்கீல் திரு.என்.கே. இராமசாமி கோர்ட்டில் தோன்றி வாதாடினார். வழக்கு நடந்து கொண்டிருக்கையில், மாஜிஸ்திரேட் தமது வக்கீலிடம் நேர்மையாக நடந்து கொள்ளவில்லையெனக் கூறி, சிதம்பரனார் எதிர் வழக்காட மறுத்து விட்டார். பூர்வாங்க விசாரணைக்குப் பிறகு மாஜிஸ்திரேட், வழக்கை ஜில்லா செஷன்ஸ் கோர்ட்டிற்கு மாற்றினார். செஷன்ஸ் கோர்ட்டில் நீதிபதி பின்ஹே முன்பு வழக்கு விசாரணை சுமார் இரண்டு மாத காலம் நடைபெற்றது. சிதம்பரனாருக்காகத் திருவாளர்கள் சடகோபாச்சாரியார், நரசிம்மாச்சாரியார், வேங்கடாச்சாரியார் ஆகியோரும் சர்க்கார் தரப்பில், பாரிஸ்டர் பவல் ரிச்மண்ட ஆகியோரும் தோன்றி வாதித்தனர்.

சிதம்பரம் பிள்ளை தரப்பில் கவியரசர் சி.சுப்பிரமணிய பாரதியார் உள்பட சான்றோர்கள் பலர் சாட்சி கூறினர். பிள்ளைக்கு விரோதமாக சர்க்கார் தரப்பில் சாட்சிகூறியவர்களில் பெரும்பாலோர் போலீஸ்காரர்களும், பிரிட்டிஷ் ஸ்டீம் நாவிகேஷன் கம்பெனியைச் சேர்ந்த வெள்ளையர்களுமாவர். இந்த வழக்கு விசாரணை விவரங்களை தமிழ் நாட்டுப் பத்திரிகைகளேயன்றி இந்தியாவிலுள்ள பத்திரிகைகளும் விரிவாகப் பிரசுரித்தன. கல்கத்தாவிலிருந்து வெளிவந்த “யுகாந்தரம்“ என்ற வங்காளிப் பத்திரிகை விசேஷ பக்கங்களில் கோர்ட்டு நடவடிக்கைகளைப் பிரசுரித்து வந்தது.

ஜூலை மாதம் 7ந்தேதி நீதிபதி பின்ஹே தீர்ப்புக் கூறினார். சிதம்பரனார் குற்றவாளியெனத் தீர்மானித்து, அரச நிந்தனைக் குற்றத்திற்காக இருபது வருடத் தீவாந்தர தண்டனையும் சிவாவுக்கு உடந்தையாக இருந்த குற்றத்திற்காக இருபது வருட தீவாந்திர தண்டனையும் விதித்து இரண்டு தண்டனைகளையும் ஒன்றன்பின்

ஒன்றாக (நாற்பது வருடம்) அனுபவிக்க வேண்டுமெனக் கூறினார். அரச நிந்தனைக் குற்றத்திற்காக சிவாவுக்குப் பத்தாண்டுகள் தீவாந்தரத் தண்டனை விதிக்கப்பட்டது.

செஷன்ஸ் நீதிபதி பின்ஹே அளித்த தீர்ப்பின் முக்கியப் பகுதிகள் பின் வருமாறு:–

“சிதம்பரம்பிள்ளை தொழில் அபிவிருத்திக்குப் பாடுபடுவதாக நடித்துக் கொண்டு ஆங்கிலேயர்களுக்கும் இந்தியர்களுக்கும் இடையே சாதிப் பகைமையை மூட்டி வந்தாரென்ற குற்றச்சாட்டை மறுப்பதற்கில்லை. பிள்ளை பெரிய ராஜத் துரோகி; அவரது எலும்புக் கூடுகூட ராஜ விசுவாசத்திற்கு விரோதமானது. சிவா, அவர் கையில் அகப்பட்ட ஒரு கோல். திருநெல்வேலிக் குழப்பத்திற்கு இவர்கள்தான் காரணம்.”

“பிள்ளை, கைத்தொழில் வளர்ச்சிக்குப் பாடுபடுவதாகக் கூறிக்கொண்டு சுதந்திரம் பெறுவதற்கான மார்க்கங்களை மக்களுக்குப் போதித்திருக்கிறார். கோரல் மில் வேலை நிறுத்தத்தை உண்டாக்கியவர் இவரே.”

“இந்தியாவில் அரசியல் விஷயமாகப் பேசச் சட்ட ரீதியான சமயமேயில்லை. ஏனெனில், பிரிட்டிஷாருக்கு இருப்பதுபோல் இந்தியருக்கு வாக்குரிமையில்லை. சர்க்கார் ஒரு சட்டத்தை இயற்றினால் அதை மாற்றவோ, திருத்தவோ நேரடியான நடவடிக்கைகளில் இறங்கச் சட்டம் அனுமதிக்கவில்லை. இந்தியர்கள் தனியாகக் கூடி யோசித்து சர்க்காருக்கு வேண்டுகோள் அனுப்பலாம். அப்போதும் அதிகாரிகள் கவனிக்க வேண்டுமென்ற கட்டாயம் இல்லை.”

“இங்கிலாந்தில அரசியல் விஷயமாகப் பேசுகிறவன் தன்னுடைய வாக்காளர்களைப் பார்த்துப் பேசுகிறான். அவர்களுக்கு வாக்களிக்கும் உரிமை இருக்கிறது. அந்த வாக்கை அடுத்த தேர்தல் சமயம் வரும் போது தன் பக்கமாய்க் கொடுக்கத் தூண்டும் நோக்கத்துடன் பேசுகிறான். இந்நாட்டிலோ அம்மாதிரி செய்ய சந்தர்ப்பம்

இருப்பதாகக் கூறமுடியாது. திருநெல்வேலியிலும், தூத்துக்குடியிலும் உள்ள சாதாரண மக்களுக்கு வாக்குரிமை இல்லை. ஆகையால், ஒருவன் மக்களைக் கூட்டி வைத்துப் பேசக் கனவிலும் நினைக்க மாட்டான். ஏனெனில், தங்களுடைய விருப்பத்தை நிறைவேற்ற அவர்களுக்குச் சக்தியில்லை. இந்நாட்டில் அரசியல் விஷயத்தைப் பற்றி பேசும் ஒருவன் யாரைப் பார்த்துப் பேசுகிறானோ, அவர்களுக்குச்சட்டப்படி அமைந்திருக்கும் சக்தி எதையும் உபயோகிப்பதற்கில்லை. பின் எந்த எண்ணத்தோடு பேசுகிறான்? ஜனக்கூட்டதிற்கு உள்ள ஒரே சக்தியைப் பிரயோகிக்கத் தூண்டுவதற்காகத்தான் பேச வேண்டும். அதாவது, ஒவ்வொரு மனிதனுக்கும் உள்ள உடற்பலத்தை உபயோகிக்கும்படி தூண்டித்தான் பேசுகிறான். இது மகா அபாயமானதாகும்."

"அன்னியப் பொருள்களை விலக்குமாறு பேசலாம். ஆனால், சாதாரண மக்களைப் பார்த்து இப்படிப் பேசினால், கேட்பவர்கள் அதோடு நிற்பார்களா? அரசாங்கத்துடன் ஒத்துழைக்கக் கூடாதெனப் பேசப்பட்டது. இது 124–ஏ பிரிவின் கீழ் அபாயகரமான எல்லைக்குப் போவதாகும்."

சட்ட ஞானம் பெற்ற வழக்கறிஞரை, அரசியல் தலைவரை, கப்பலோட்டிய கர்ம வீரரை, ஏழைகள் பால் இரக்கங்கொண்ட ஏந்தலை, செந்தமிழ் வல்ல சிதம்பரனாரைக் கொலையும், கொள்ளையும், புரிந்த கொடியவர்களான சமூக விரோதிகளோடு நாற்பதாண்டுகள் பூலோக நரகமான அந்தமான் தீவில் வாழுமாறு நீதிபதி பின்ஹே தீர்ப்பளித்தார். முப்பத்தைந்தே வயதுடைய வாலிபப் பருவத்தினரான பிள்ளையவர்கள், தாய் தந்தையரையும் இளம் மனைவியையும் இரு பச்சிளம் பாலர்களையும் பிரிய நேரிட்டது.

சிதம்பரனாருக்கு விதிக்கப்பட்ட கொடுந் தண்டனை கேட்டு அவர் தம் உடன் பிறந்தாரில் ஒருவரான மீனாட்சி சுந்தரம் என்பார், சித்தந் திரிந்து பித்தரானார்! அவர்,

வாழ்நாள் முழுவதும் பித்தராகவே இருந்து 1943ல் காலமானார்.

வீரத் தமிழரான சிதம்பரனார் தமக்கு விதிக்கப்பட்ட கொடுந் தண்டனையால் மனங்கலங்கவில்லை. அவரைக் கோர்ட்டிலிருந்து சிறைக்குக் கொண்டு செல்லுகையில், தம் எதிரில் முகவாட்டத்துடன் நின்றிருந்த தூத்துக்குடி. மாசிலாமணிப்பிள்ளையை நோக்கி, "தம்பி,பயப்படதே! கிடக்கிறான் இந்தப் பயல்; இருக்கிறது ஹைகோர்ட், அடித்துத் தள்ளி வந்து விடுகிறேன்" எனக் கூறி, சிறைச் சாலையாம் தவச் சாலையை நண்ணினார் அஞ்சா நெஞ்சுடைய அண்ணல் சிதம்பரனார்.

தென்னிந்தியாவில் சிதம்பரனார் தண்டனை அடைந்த அதே வாரத்தில் வட இந்தியாவில் லோகமான்ய திலகர், தமது "கேசரி" என்னும் பத்திரிகையில் அரசாங்க விரோதமான கட்டுரையொன்று எழுதியதற்காக ஆறு வருடத் தீவாந்தரமும், பத்தாயிரம் ரூபாய் அபராதமும் விதிக்கப்பட்டார். குருவும் சீடரும் ஒரே சமயத்தில் சிறை புகுந்தனர். என்றாலும், குருவை விட சீடரையே அதிகமாகப் பழிதீர்த்துக் கொண்டது ஏகாதிபத்தியம்!

தமிழ் நாட்டின் தனிப் பெருந்தலைவரான சிதம்பரம்பிள்ளைக்கு விதிக்கப்பட்ட கொடுந் தண்டனையால் தமிழ்நாட்டில் மட்டுமன்றி, இந்தியாவெங்கணும் அதிர்ச்சி உண்டாயிற்று பத்திரிகைகள் நீதிபதி பின்ஹேயின் தீர்ப்பைக் கடுமையாகத் தாக்கித் தலையங்கங்கள் எழுதின. அவற்றில் சில பின்வருமாறு:–

'வங்காளி':- "நீதிபதி பின்ஹேயின் சித்தாந்தங்கள் இந்நாட்டில் அமுலுக்கு வரும் நாள், துரைத்தனத்தாருக்கும் மக்களுக்கும் கெட்ட நாளாகும். சுதேசிக் கைத்தொழில் வளர்ச்சிக்குப் பிள்ளை பாடுபட்டது குற்றமானால், இந்தியர் அனைவரும் குற்றவாளிகளே!"

அமிர்த பஜார்:- பிள்ளையவர்களுக்கு விதிக்கப்பட்ட கொடுந்தண்டனையால் பிரிட்டிஷ் நீதி அதிகாரத்திற்கே

அபகீர்த்தி உண்டாகி விட்டது. விடுதலை வேட்கையை வெளியிட்டதற்காக இரண்டு ஜென்ம தண்டனை! இந்த அநீதி பிள்ளையைத் தவிர உலகில் வேறு எந்த மனிதருக்கும் நேர்ந்திராது. அந்த வீரப்பெருமகனுக்குத் தலை வணங்குகிறோம். நீதிபதி பின்ஹேயின் கருத்துப்படி, பிரிட்டிஷ் ஆட்சிக்குப் பதிலாக சுதேச ஆட்சியை விரும்புவதே அரச நிந்தனை! பிள்ளையைப் போன்று துன்பம் அனுபவிக்கும் ஒவ்வொருவரும் எதேச்சாதிகாரத்தின் பிரேதப் பெட்டியின் மேல் ஒவ்வொரு ஆணியை அறைகின்றனர்."

"சுதேச மித்திரன்":- "இவ்வளவு கொடிய தண்டனை விதிக்கப்படுமென்று நாம் கனவிலும் கருதவில்லை. இந்தக் குற்றத்திற்கே இதற்கு மேல் தண்டனையில்லை! நீதிபதி, சட்டப்படியுள்ள அதிகாரம் முழுவதையும் பயன்படுத்திவிட்டார். தூத்துக்குடி சிதம்பரம் பிள்ளைக்கு நேர்ந்துள்ள துன்பத்தைக் கேட்டு இந்தியா முழுவதும் துக்கத்தில் ஆழ்ந்து விட்டது. நினைக்கையிலேயே மயிர்க்கூச்செறிகிறது; கை கூசுகிறது. இந்த துக்கத்தைத் தென்னிந்திய மக்கள் எப்படிச் சகிப்பார்கள்? பிள்ளை கப்பல் கம்பெனியை நிறுவாமலும் சுதேசிக் கைத்தொழில்களின் அபிவிருத்திக்குப் பாடுபடாமாலும், கோரல் மில் வேலை நிறுத்தத்தில் ஏழைத் தொழிலாளர்களுக்கு உதவாமலும் இருந்திருந்தால் நீதிபதி பின்ஹே குறைந்த தண்டனை விதித்திருப்பார் போலும்! பிள்ளை, தேசாபிமானங் கொண்டு பொதுஜன நன்மைக்காக உழைத்தது அவருக்குக் கேடாய் முடிந்தது."

பிள்ளையவர்களுக்கு விதிக்கப்பட்ட கொடுந் தண்டனையை, வெள்ளைப் பத்திரிகைகளும் வெறுத்து எழுதின.

ஸ்டேட்ஸ்மன் என்ற கல்கத்தா வெள்ளைப் பத்திரிகை "தேசபக்தர் சிதம்பரனாருக்கு விதிக்கப்பட்ட தண்டனை நியாயத்திற்கும் சட்டத்திற்கும் விரோதமானது. பிள்ளையவர்கள் தியாகம் மகத்தானது. பிரிட்டிஷ்

சாம்ராஜ்யத்தின்பால் நல்லெண்ணம் உள்ளவர்கள் கூட, இந்தக் கொடுந் தண்டனையை வரவேற்க மாட்டார்கள்" என்று எழுதிற்று.

சென்னையிலிருந்து வெளிவரும் மற்றொரு வெள்ளைப் பத்திரிகையான **"ஸ்டாண்டர்ட்"** எழுதியதாவது:– "சிதம்பரம் பிள்ளை தண்டனை பெறக் காரண மாக இருந்தவை இரண்டு சொற்பொழிவுகளே! இந்தியாவில் ஒருவன் பொதுக்கூட்டத்தில் அரசியலைப்பற்றி பேசச் சட்டரீதியான உரிமை இல்லையென்றார் நீதிபதி பின்ஹே. அப்படியாயின், பேச்சுரிமையைப் பற்றி மார்லி, ஹ்யூம், டிக்பி முதலியவர்கள் சொல்லியிருப்பனவெல்லாம் பிசகு போலும்!"

'இங்கிலீஷ்மன்' என்ற இன்னொரு வெள்ளைப் பத்திரிகை மட்டும் பின்ஹேயைப் பாராட்டியது. "தண்டனைகள் நியாயமானவை! பின்ஹே போன்ற நேர்மைக்குணம் படைத்த நீதிபதி சென்னை அரசாங்கத்தாருக்குக் கிடைத்தது அவர்கள் அதிர்ஷ்டம் தான்! நீதிபதி பின்ஹேயின் தீர்ப்பை ஏற்றுக் கொள்ளும் இந்தியர்கள்தான் அரச விசுவாசிகள். அதை ஆட்சேபிப்பவர்கள் அரச விரோதிகளே."

சிதம்பரனருக்கு விதிக்கப்பட்ட நீதியற்ற தண்டனையைக் கேட்டு ஆந்திரதேசபக்தர்களும் அதிர்ச்சியுற்றனர். ஆந்திர நாட்டில் கண்டனக் கூட்டங்களும், ஊர்வலங்களும் கணக்கின்றி நடைபெற்றன. பெஜவாடாவிலிருந்து வெளி வந்து கொண்டிருந்த **"சுயராஜ்யா"** என்ற தெலுங்கு வாரப் பத்திரிகை சிதம்பரனாரைத் தண்டித்த ஏகாதிபத்தியத்தின் கொடுங்கோலைக் கண்டித்துத் தலையங்கம் எழுதிற்று. அந்தத் தலையங்கம் நிறத் துவேஷம் பொருந்தியதாகவும், பலாத்காரத்திற்குத் தூண்டுவதாகவும் இருந்ததாக காரணங் காட்டி, ஆசிரியரைக் கைது செய்து பத்திரிகை அலுவலகத்தையும் பூட்டிவிட்டனர் போலீஸ் அதிகாரிகள். பின்னர்,

அந்த ஆசிரியருக்குக் கடுந்தண்டனை விதிக்கப்பட்டது.

கவியரசர் பாரதியாரை ஆசிரியராகக் கொண்ட "இந்தியா" என்ற தமிழ் வாரப் பத்திரிகைக்கும் இதே கதி ஏற்பட்டது. பின்ஹேயின் தீர்ப்பைக் கண்டித்தும்; சிதம்பரனாரைப் பின்பற்றி மக்கள் ஏகாதிபத்திய எதிர்ப்பில் ஈடுபட வேண்டுமென்று தூண்டியும் தலையங்கம் எழுதியதற்காக அப்பத்திரிகையை வெளியிடுபவரான திரு. சீனிவாசய்யங்கார் தண்டிக்கப்பட்டார். இதன் விளைவாக, "இந்தியா" பத்திரிகையின் அலுவலகம் பிரஞ்சு ஆட்சியின் கீழுள்ள புதுவைக்கு மாற்றப்பட்டது.

சிதம்பரம் பிள்ளைக்கு ஆயுள் அளவும் தீவாந்தரத் தண்டனை விதிக்கப்பட்ட செய்தியைக் கேட்டு அப்போது இந்தியா மந்திரியாக இருந்த லார்டு மார்லி என்பவர் மனம் பதைத்தார். அவர், ராஜப் பிரதிநிதி லார்டு மிண்டோவுக்கு பின்வருமாறு எழுதினார்:-

"திருநெல்வேலி, தூத்துக்குடி மனிதர் (சுப்பிரமணிய சிவா, சிதம்பரம் பிள்ளை) இருவருக்கும் விதித்துள்ள தண்டனையைச் சிறிதும் ஆதரிக்க இயலாது. அடுத்த மெயிலில் அத்தீர்ப்பு என் பார்வைக்கு வரும். அத் தண்டனைகள் நிலைக்கா. கொடுமையான இக்காரியங்களை எக்காரணங்கொண்டும் நான் ஆதரிக்க முடியாது. இந்தப் பிழைகளையும், முட்டாள்தனங்களையும் நீங்கள் உடனே கவனிக்கவேண்டும். ஒழுங்கை நாம் நிலைநாட்ட வேண்டியதுதான். ஆனால்; கொடுமை மிதமிஞ்சிவிடின், ஒழுங்கென்பது நிலைக்குமோ? மற்றும், வெடிகுண்டுக்கு அதுவே மார்க்கமாகும்.

லார்டு மார்லியின் கண்டனத்திற்குள்ளான நீதிபதி பின்ஹே, வேறு மாகாணத்திற்கு மாற்றப்பட்டார். ஆத்திரம் கொண்ட மக்கள் மனதில் ஆறுதல் ஏற்படுத்தவே, இந்த மாறுதல் செய்ததாக அரசாங்க வட்டாரத்தில் கூறப்பட்டது.

சிதம்பரம் பிள்ளை, தமக்கு செஷன்ஸ் நீதிபதி விதித்த தண்டனையை ரத்து செய்யவேண்டுமெனக் கோரி சென்னை ஹைகோர்ட்டுக்கு மனுச் செய்தார். 1908ம் ஆண்டு அக்டோபர் மாதம் 13ந் தேதி பிரதம நீதிபதி ஆர்னால் ரைட், நீதிபதி மன்றோ ஆகியவர்கள் முன்பு அப்பீல் விசாரணைக்கு எடுத்துக் கொள்ளப்பட்டது. அரசாங்க தரப்பில் பாரிஸ்டர் ரிச்மண்ட் ஆஜராகி பிள்ளையவர்களுக்கு செஷன்ஸ் கோர்ட்டார் விதித்த தண்டனையை மாற்றக் கூடாதுதென்று வாதாடினார். நவம்பர் மாதம் 4ந் தேதி நீதிபதிகள் தீர்ப்புக் கூறினர்! அது வருமாறு:–

“ஆங்கிலேயர்கள் ஆளும் வகுப்பாராயிருப்பதை ஒழித்துவிட வேண்டுமென்பதே பிள்ளையின் நோக்கம். அவர், அன்னிய சரக்குப் பகிஷ்காரத்தை வற்புறுத்திப் பேசியது சுதேசிக் கைத்தொழில்களின் அபிவிருத்திக்காக அல்லாமல், ஆங்கிலேயரை வெளியேற்ற வேண்டுமென்பதற்காகவேயாகும். ஆகவே, சிதம்பரனார் குற்றவாளியென செஷன்ஸ் நீதிபதி பின்ஹே தீர்மானித்ததை நாங்களும் ஒப்புக்கொள்ளுகிறோம். எனினும், உடந்தைக் குற்றத்திற்கு விதிக்கப்பட்ட 20 வருட தீவாந்தர தண்டனையை 6 வருடமாகவும் அரச நிந்தனைக் குற்றத்திற்கு விதிக்கப்பட்ட 20 வருட தண்டனையை 4 வருடமாகவும் குறைக்கிறோம். இவ்விரண்டு தண்டனைகளையும் ஒன்றின்பின் ஒன்றாக அனுபவிப்பதற்குப் பதிலாக ஏககாலத்தில் அனுபவித்தாற் போதும்.”

எப்படியேனும், சிதம்பரனாரை விடுவிக்க வேண்டுமென்று அவாக்கொண்ட அவரது நண்பர்கள் ஹைக்கோர்ட் தீர்ப்பில் திருப்தி கொள்ளாமல் பெரு முயற்சி செய்து பிரிவி கவுன்சிலுக்கு அப்பீல் செய்தனர். அதன் பேரில், அந்தமான் சிறைவாச தண்டனை ஆறு வருடக் கடுங்காவல் தண்டனையாகக் குறைக்கப்பட்டது.

செக்கடியில் சிதம்பரனார்!

சிதம்பரனார், தமது தண்டனைக் காலத்தை கோயமுத்தூர், கண்ணனூர் சிறைகளிற் கழித்தார். அந்நாளில் சிறைகள் தேசபக்தர்களால் நிரப்பப் படவில்லை. ஆகவே, பிள்ளையவர்கள் தன்னந் தனியராய்த் தவங்கிடந்தார். இன்றுள்ளதுபோல் வகுப்புப் பிரிவுகளும், பிற வசதிகளும் அன்றில்லை. அரசியல் கைதிகளுக்கெனத் தனி உரிமைகள் எதுவும் வழங்கப்படவுமில்லை. சிதம்பரனார் சிறையிற் பட்ட துன்பம் கொஞ்சமன்று. கல்நெஞ்சம் படைத்த சிறையதிகாரிகள் கொலை, களவு பாதகச் செயல்களைப் புரிந்து தண்டனை பெற்ற கொடியவர்களை விட அவரைக் கேவலமாக நடத்தினர். அறு சுவையுண்டு அரசர் போல் வாழ்ந்த சிதம்பரச் சீமான் சிறையில் கேழ்வரகுக் கூழுண்டார். சிறையிலிருந்து அவர் தம் மனைவிக்கு எழுதிய கடித மொன்றில்,

முக்கனியின் சாறெடுத்து முந்திரி, ஏலம், பாதம்,
அக்காரம், தேன், பாலோ(டு) அட்டுட்டக்-கக்குமென்னா
கேழ்வரகின் கூழுண்ணல் கேடறியாய் நின்மலர்த்தாள்
வாழ்வதொக்கும் கற்காட்டில் வந்து.
வாழைப் பழங்கடிக்க மாட்டாத என்பற்கள்
ஏழைச் சிறார்கடிக்க ஏலாத- காழுடையாய்
சீடைதினல் இந்நாள் சிறுகுடிலுள் நிற்பதொக்கும்
மேடையையும் ஏற்கா நின்மெய்.

எனச் சிறையில் தமக்களிக்கும் உணவின் தன்மையைப் பற்றிக் கூறுகின்றார். பொதுஜனக் கிளர்ச்சி – பத்திரிகைகளின் கண்டனங்கள் – கணக்கற்ற உண்ணா விரதங்கள்; உயிர்த்தியாகங்கள் – காங்கிரஸ் ஆட்சியில் சீர்திருத்தங்கள் இத்தனைக்கும் பிறகு இன்றுங்கூட, 'சி' வகுப்பு அரசியல் கைதிகளுக்கு அளிக்கப்படும் உணவில் புழுப் பூச்சிகளும், கல்லும் மண்ணும் கலந்திருக்கின்றனவென்றால், இன்றைக்கு அரை நூற்றாண்டுக்கு முன்னர், அதிலும் அரசியற் கைதிகள் என்போர் சிதம்பரனாரைத்தவிர வேறெவரும்

சிறையிலில்லாத அந்நாளில், சிறை உணவின் கேவலத் தன்மையைக் கூறவும் வேண்டுமோ?

சிறைக் கொடுமைகளால் சிதம்பரனாரின் உடடற்பலம் குறையலாயிற்று. சிறை புகும்போது அவரது உடல் நிறை 130 பவுண்டுகள். சிறை புகுந்த ஆறு மாதத்தில் 27 பவுண்டுகள் குறைந்துவிட்டன. உயிருக்கே கேடு நேரிடலாம் என்று சிறை டாக்டர் எச்சரித்த பின்னரே,அதிகாரிகள். அவருக்குக் கேழ்வரகு உணவை நிறுத்தி அரிசி உணவு தந்தனர். சிதம்பரனார், தமது சிறை வாழ்வைக் குறித்துக் குடும்பத்தாருக்குக் கவி வடிவில் எழுதியுள்ள கடிதங்கள் கல் நெஞ்சையுங் கரைக்கும் தன்மை வாய்ந்தனவாகும்.

தந்தைக்கு எழுதிய கடிதம் வருமாறு:–

சுவாமியே! தந்தையே! தூயநற் பெரியோய்!
அவாவியே வந்தெனை ஆண்டருள் ஈசா!
மூன்றிரு திங்கள் முரண்சிறை இருந்தேன்
இந்த வாரம் எடுத்த நிறுவையில்
ஐந்திலொன்றாக அருகியதென்னுடல்;
அரிசி உணவுக்கு அளித்தனன் அனுமதி
பெரியவன்; மற்றவன் பேசான் என்னொடு,
சீரிய நின்னடி சிரமேற் கொண்டுயான்
பாரிய என்னுளப் பாரதத் தாய்க்கும்
உரிமையொடு பெற்றெனை உவப்போடு வளர்த்த
பெருமைசேர் அன்னைக்கும் பிறர்க்கும் எனது
மெய்மன வாக்கால் விரும்பிஇன் றளித்தேன்
தெய்வ வணக்கமும் சீர்தரும் வாழ்த்துமே.

மற்றும், மனைவியாருக்கு அவர் எழுதிய அகவற்பா ஒன்றில் சிறையில் வாழும் தமது தோற்றம் எப்படியிருந்தது என்பதை விளக்குகிறார்:–

திருவும் புகழும் சிறந்தன பிறவும்
மருவுற நிற்குமென் மாசிலா மனைவியே!
என்னரும் உயிரினும் என்னுயர் உளத்தினும்

மன்னுறப் பாதியை மகிழ்ந்துனக் களித்தேன்,
பின்னுளப் பாதியை பெரியநம் தேயத்தின்
தன்னடிக் களித்தேன்; சத்தியம் இஃதே,
சிறியவிரு சட்டைகள் தேகத்தில் புனைந்துளேன்
சிறியவோர் குல்லாச் சிரத்தினில் தரித்துளேன்
வெற்றியே தவத்தினும் வேறுள எஃதினும்
பெற்றிடச் செய்திடும் பெருமையோடு மற்றுள
நலமெலாம் எளிதினில் நல்கிடுங் கழலொன்று
வலதுதாள் மேலே மாணுற யாத்துளேன்
சிவனடித் தொண்டர்கள் சிறப்புற அணிந்திடும்
நவமறு மணிநாண் நற்களம் பூண்டுளேன்
தவத்தினில் சிறிது சரீரம் இளைத்துளேன்
உவப்பொடுகண்டெனைஉயர்வெலாம் பெறுவையே.

வெற்றித் தண்டையணியும் கால்களில் கழட்டாப் பெரு விலங்கு; பட்டுடுத்த பொன் மேனியில் பருத்திச் சட்டை. வீரத் திருமார்பில் விடுதலை நாளைக் குறிக்கும் கட்டைத் தாலி; மயிரிழந்த மொட்டைத்தலை. இதுதான் சிறையிலடைப்பட்ட சிதம்பரனாரின் தோற்றம்.

சிதம்பரனார் கேவலமான உணவருந்தி உடல்வலி குன்றி உயிருக்கு ஊசலாடும் நிலைமையிலிருந்த போதும் கடுமையான வேலைகளைச் செய்யும்படி கட்டளை யிட்டனர், சிறையதிகாரிகள். “செக்கு மாடுகள் போல் உழைத்து ஏங்குகின்றார் அந்தக் கரும்புத் தோட்டத்திலே” என்று தோட்டத் தொழிலாளர் துயர் குறித்து பாரதியார் பாடினார். மாடுபோல் அல்ல; மாடாகவே செக்கு வலித்தார் சீரியர் சிதம்பரனார். ஒரு நாள் கடும் வெய்யிலிற் செக்கிழுக் கையில் மூர்ச்சித்து விழுந்தாராம். கல்வி, கேள்வி, அறிவு, ஆற்றல்களில் மேம்பட்ட சிதம்பரனார் செக்கிழுக்க அவர் செய்த குற்றந்தான் என்ன? ஆம்; தொண்டு செய்யும் அடிமை சுதந்திர நினைவுகொண்டதே குற்றமல்லவா? செக்கிழுக்க நேர்ந்ததைப் பற்றி வீரச் சிதம்பரனார் விம்மி அழ வில்லை. பின் எப்படி அத்துன்பத்தைச் சகித்திருப்பார்? எண்ணெயாடும் செக்கைச் சுற்றுவதாக அவர் எண்ணியிருக்க மாட்டார்; எண்ணியிருப்பின் அவரது கருணை உள்ளம் கசிந்திருக்கும்; தமிழ்த் திருமேனி

நொந்திருக்கும். அவர் செக்கைச்சுற்றும்போதெல்லாம் சுதந்திர அன்னையின் கோயிலைச் சுற்றுவதாகக் கற்பனை செய்து கொண்டிருப் பார். கற்பனா சக்தி படைத்த கவிவாணரல்லவா?

வளர்த்த கடா...

சிறைக்குள்ளே அதிகாரிகள் இழைக்கும் இன்னல்கள் ஒருபுறமிருக்க, சிறைக்கு வெளியேயிருந்து சுதேசிக் கப்பல் கம்பெனித் தோழர்களும் சிதம்பரனாருக்குத் தொல்லை விளைவித்தனர். வ.உ.சி.சிறை புகுந்ததும் அவரால் நடத்தப்பட்டு வந்த கப்பல் கம்பெனி முறிந்துவிட்டது. சிதம்பரனாரைப் பிரிந்த பிறகு சுதேசிக் கம்பெனி நிர்வாகிகள் பிரிட்டிஷ் கம்பெனியின் போட்டியைச் சமாளிக்க சக்தி யற்று விட்டனர். மற்றும், ஆற்றல் மிக்க சிதம்பரனாருக்கே இரண்டு ஜன்ம தண்டனை தந்த அரசாங்கம், தங்களையும் சிறைக்குள் தள்ளுமோ என்ற அச்சத்தால், கம்பெனியைக் கலைத்ததோடு சிதம்பரனார் தமது இரு கண்களெனக் கருதி வந்த கப்பல்களிரண்டையும் விற்று விட்டனர். மற்றோர் வேதனை தரும் செய்தி என்னவென்றால், எந்தக் கப்பலை வாங்க வ.உ.சி. வட நாடு சென்று அரும் பாடுபட்டு பணந் திரட்டினாரோ அந்தக் 'காலியா' கப்பலை பிரிட்டிஷ் கம்பெனிக்கு விற்று விட்டதேயாகும்.

சிறையில் வாடும் சிதம்பரனார் இந்தச் செய்தியைக் கேட்டுப் பல நாட்கள் ஊண், உறக்கமின்றி உள்ளம் வருந்தினார். கம்பெனியைக் கலைத்து விட்டதைக் கூட அவரால் சகித்துக்கொள்ள முடிந்தது. ஆனால், எந்தப் பிரிட்டிஷ் கம்பெனியை ஒழித்துக் கட்டப் பாடுபட்டு இரு ஜன்ம தண்டனை ஏற்றாரோ, அதே கம்பெனியாரிடம் 'காலியா' கப்பலை விற்ற மானங்கெட்ட செயலைத்தான் அவரால் பொறுத்துக் கொள்ள முடியவில்லை. சோதனைக் காலம் வரும்போது, நமது நாட்டு மக்கள் எப்படிக் கோழைகளாகி விடுகிறார்கள் என்பதை எண்ணி எண்ணி ஏங்கினார் வ.உ.சி.

சுதேசிக் கப்பல் கம்பெனி நிர்வாகக் குழுவினர் கம்பெனியைக் கலைத்து, கப்பல்களை விற்றதோடு நிற்கவில்லை. கம்பெனியின் முறிவுக்கு சிதம்பரனாரின் அரசியல் நடவடிக்கைகளே காரணம் என்று அவர் மீது பழி சாற்றி தாங்கள் இழந்து விட்ட பொருளை ஈடு செய்ய வேண்டுமென்று சிதம்பரனாரின் மீது சட்டப்படி நடவடிக்கை மேற்கொள்ளவும் முயன்றனர். இதைக் கண்டு சிதம்பரனார் சிந்தை நொந்தார். சுதேசிக் கம்பெனியின் சட்ட ஆலோசகரான திரு.சி.விஜயராகவாச்சாரியாருக்கு சிறையிலிருந்த வண்ணம் வ.உ.சி. எழுதிய கடிதம் பின்வருமாறு:-

"என்னால் துவக்கப்பட்ட சுதேசிக் கப்பல் கம்பெனிக்குப் பொருள் உதவிய எல்லோருக்கும் எனது வணக்கத்தைத் தெரிவியுங்கள். கம்பெனி முறிந்ததனால் ஏற்பட்ட நஷ்டத்தைப் பங்குதாரர்கள் ஏற்பதே நியாயம். அவர்கள் மறுத்தால், அக் கடன்களை நானே கொடுத்து விடுகிறேன். ஆனால், தயவு செய்து நான் சிறை மீளும்வரை அவர்களைப் பொறுத்திருக்கச் சொல்லுங்கள்."

மற்றும், சுதேசிக் கம்பெனித் 'தோழர்'களுக்கு எழுதிய கவிகள் வருமாறு:-

எண்ணரிய துன்பங்கள் எய்தியுள வெஞ்சிறையை
நண்ணிடினும் நானஞ்சேன்; நாவாயின் - எண்ணறியா(து)
என்னோரென் தாள்நிதியை ஈயா தெனைக்கொடுக்கச்
சொன்னாலும் யானஞ்சேன் சோர்ந்து.
என்மனமும் என்னுடலும் என்சுகமும் என் அறமும்
என்மனையும் என்மகவும் என் பொருளும்-என்மனமுங்
குன்றிடினும் யான்குன்றேன் கூற்றுவனே வந்தாலும்
வென்றிடுவேன் காலால் மிதித்து.

இந்தக் கவிகள், சிறைத் துன்பமும் கடன்காரர் தொல்லையும் சேர்ந்து வருத்தியபோதும் சிதம்பரனார் சோர்ந்து விடவில்லை என்பதையே காட்டுகின்றன.

8. "வ.உ.சி.யை வணங்காதே!"

சிதம்பரனார், கோயமுத்தூர் சிறையில் தண்டனை அனுபவித்து வந்தபோது, தினந்தினமும் சிறை அதிகாரிகளுடன் போராடவேண்டியிருந்தது. ஒரு நாள், தோட்டிவேலை செய்யுமாறு, வ.உ.சி.யைக் கட்டாயப்படுத்தினர் சிறை யதிகாரிகள். தமதுயிர் போயினும் சரி, தோட்டிவேலை செய்ய முடியாதென கண்டிப்பாகக் கூறிவிட்டார் வ.உ.சி. அவரது மன உறுதியை அறிந்த அதிகாரிகள் மேலும் வற்புறுத்தாமல் விட்டுவிட்டனர்.

மற்றொருநாள் ஜெயிலர் சிறையைப் பார்வையிட்டுக் கொண்டே, சிதம்பரனார் இருக்குமிடம் வந்தார். அப்போது என்ன காரணத்தாலோ சிதம்பரனார் ஜெ யிலரைப் பார்த்துச் சிரித்தார். "ஏன் சிரிக்கிறாய்?" என்று ஜெயிலர் கேட்க, "சிரிக்காமல் அழவா சொல்லுகிறாய்?" என்று அலட்சியமாகப் பதிலளித்தார் வ.உ.சி. இதனால், சீற்றங்கொண்ட ஜெயிலர், சிதம்பரனார் தம்மை அவமதித்ததாக சூப்ரெண்டெண்டிடம் புகார் செய்தார். சூப்ரெண்டெண்ட், ஏற்கனவே இரண்டு ஜன்மதண்டனை பெற்ற சிதம்பரனாருக்கு, ஜெயிலரைப் பார்த்து சிரித்த குற்றத்திற்காக மேலும் இரண்டுவார தண்டனை விதித்தார்!

இன்னொருநாள், ராமன் என்னும் கான்விக்ட் வார்டர், வ.உ.சி.யைக் காண நேர்ந்தபோது, தனது

இரு கரங்களையும் சிரமேற் கூப்பி அவருக்கு வணக்கம் செலுத்தினான். இதைக் கவனித்துக்கொண்டிருந்த ஜெயிலர் கோபத்துடன், "இனியும் இப்படி அவனை வணங்கினால் செருப்பாலடிப்பேன்" என்று ஆத்திரத்தோடு கூறினார். ராமன், கோபத்தால் முணு முணுத்துக்கொண்டே போய்விட்டான்.

திருநெல்வேலி குழப்பத்தில் தண்டனையடைந்த கலகக் கைதிகள் பலரும் அப்போது கோயமுத்தூர் சிறையில் இருந்தனர். சிரித்ததற்காக வ.உ.சி. தண்டனை பெற்றதும், அவரை வணங்கியதற்காக ராமனை ஜெயிலர் திட்டியதும் வேறொரு வார்டிலிருந்த அந்தக் கைதிகளுக்குத் தெரிந்தது. தங்கள் வீரத்தலைவரை தினம் தினம் சிறையதிகாரிகள் கொடுமைப்படுத்தி வருவதைக் கண்டு ஏற்கனவே குமுறிக் கொண்டிருந்த அவர்களுக்கு இந்தச் சம்பவங்கள் எரிகிற தீயில் எண்ணெய் வார்த்தது போலாயிற்று. ஏனைய கிரிமினல் கைதிகளும் வ.உ.சி.க்குற்ற துன்பங்களைக் கேட்டு சீற்றம் கொண்டனர். எல்லோருமாகச் சேர்ந்து ஜெயிலரைக் கொன்றுவிடத் தீரமானித்தனர். ஒரு நாள் பிற்பகல் திடீரென்று ஜெயிலரின் அலுவலகம் தாக்கப்பட்டது. அன்று ஞாயிற்றுக்கிழமையாதலால், சிறைக் காவலர்களில் பெரும்பாலோர் விடுமுறை யிலிருந்தனர். இந்தச் சந்தர்ப்பத்தைப் பயன்படுத்திக் கொண்டு ஜெயிலர்மீது ஆத்திரம் கொண்ட கைதிகள் முன்னேற்பாட்டின்படி கலகம் செய்தனர். சுமார் இரண்டு மணி நேரம் சிறை அமர்க்களமாயிற்று. அபாய அறிவிப்பு மணி இடைவிடாது அலறியது. கைதிகள் சிறையின் தலைவாயில் கதவுக்குப் போடப்பட்டிருந்த பூட்டை உடைத்துக்கொண்டு வெளியேறும் தருணத்தில், ரிசர்வ் போலீசார் எண்ணற்றோர் வந்து சிறைச் சாலையை முற்றுகையிட்டு கைதிகளை வெளியேறாதவாறு தடுத்தனர். அப்போது கைதிகளுக்கும் போலீஸாருக்கும் கடும் போர் நடந்தது. போலீசார் சுட்டதில், ஒரு கைதி மாண்டார். பிறகு நிலைமை கட்டுக்கடங்கி விட்டது. ஆனால், அரசியல் கைதிகள் போட்டிருந்த திட்டப்படி ஜெயிலர்

தாக்கப்பட்டு படுகாயமடைந்தார். அவர் உடல் மீண்டும் நல்ல நிலை எய்த பல மாதங்கள் ஆயின.

இந்தக் கலகத்திற்குக் காரணமாயிருந்ததாகப் பல கைதிகள் மீது வழக்குத் தொடுத்தனர் சிறையதிகாரிகள். இந்த வழக்கில் எதிரிகள் எல்லோரும், ஒன்று முதல் இரண்டு வருடம் வரை கடுங்காவல் தண்டனை பெற்றனர். பின்னர் அப்பீல் செய்து கொண்டதில் தண்டனை குறைக்கப்பட்டது. சிதம்பரனார் எதிரிகள் தரப்பில் சாட்சி கூறினார். ஜெயிலரின் கொடுமைகளைச் சகித்துக்கொள்ள முடியாததாலேயே கைதிகள் கலகம் செய்தனரென்றும் இந்தக் கலகத்துக்கு அரசியல் காரணம் கற்பிப்பது சிறை அதிகாரிகளின் சூழ்ச்சியென்றும் கூறினார். இந்தச் சம்பவத்திற்குப் பிறகு சிதம்பரனார் கண்ணனூர் சிறைக்கு மாற்றப்பட்டார்.

கவிஞன் சிந்திய கண்ணீர்!

சிதம்பரனாரும், கவியரசர் பாரதியும் நெருங்கிய நண்பர்கள்; திலகரைப் பின்பற்றுபவர்கள்; இன்பத்திலும் துன்பத்திலும் இணைபிரியாதவர்கள். ஆகவே சிதம்பரனார் சிறையில் படுந் துன்பத்தை அறிந்து, பாரதியார் நெஞ்சங் குமுறினார். அந்த மேலோன் வெஞ்சிறையில் வீழ்ந்து கிடப்பதைக் கேட்டு அவர் நெஞ்சு பொறுக்கவில்லை. ‘மெய்யறம்’ போன்ற நீதி நூல்கள் எழுதிய சிதம்பரனாரின் கைகள் சிறையில் செக்கு வலிப்பதைக் கேட்டு கண்ணீர் விட்டார் பாரதியார்.

தமது அருமைத் தோழர் சிதம்பரனாருக்குற்ற துன்பம், மனித சக்தியால் நீக்க முடியாதென்று எண்ணினார் போலும்! ஆகவே, அவர் சர்வ வல்லமை வாய்ந்த இறைவனிடம் முறையிடலானார்.

மேலோர்கள் வெஞ்சிறையில் வீழ்ந்து கிடப்பதுவும்
நூலோர்கள் செக்கடியில் நோவதுவுங் காண்கிலையோ!

> மாதரையும் மக்களையும் வன்கண்மை யாற்பிரிந்து
> காதல் இளைஞர் கருத்தழிதல் காணாயோ!

என்ற பாரதியார் பாடலிலுள்ள வரிகள், நமக்கு எதை நினைவூட்டுகின்றன? முப்பது வயதில் – காதற் பருவத்தில் மனைவியைத் துறந்து, மக்களைப் பிரிந்து சிறையில் வாடிய சிதம்பரனாரின் துன்பத்தையே அல்லவா?

சிதம்பரனாரை, 'மேலோன்' 'நூலோன்' 'காதல் இளைஞன்' என்றெல்லாம் கூறிக் கடவுளுக்கு அறிமுகப் படுத்துகிறார் பாரதியார். அந்த வீரன், "சிறையில் வீழ்ந்து கிடப்பதை, செக்கடியில் நோவதை, மனையாளைத் துறந்ததை, மக்களைப் பிரிந்ததை கண்ணனூர்ச் சிறையில் கருத்தழிந்து வாடுவதை இறைவா, நீ காணாயோ!" என்று கதறுகின்றார்.

'மேலோர்கள்' 'நூலோர்கள்' என்று பாரதியார் பன்மையில். குறிப்பிட்டாலும், அவர் சிதம்பரனாரை நினைவில் கொண்டே கூறியிருப்பார் என்பதில் ஐயமில்லை. ஏனெனில், 'மேலோர்' 'நூலோர்' என்ற உயர்ந்த நிலையில் வைத்துப் பேசத்தக்கவர்கள் அந்த நாளில் சிதம்பரனாரைத் தவிர வேறெவரும் சிறை புகுந்ததில்லை; செக்கு வலித்ததில்லையல்லவா?

"தண்ணீர் விட்டோ வளர்த்தோம் சர்வேசா!" என்ற முதலடி கொண்டு அவர் பாடியுள்ள பாடல் நமது கண்ணீரைக் காணிக்கையாகக் கொள்ளும் தன்மை வாய்ந்தது. அப்பாடலில், "கண்ணீரால் காத்த பயிர் கருகத் திருவுளமோ?" என்றாரே, அந்தப் பயிர்தான் வ.உ.சி. "ஓராயிர வருடம் ஓய்ந்து கிடந்த பின்னர், வாராது போல வந்த மாமணியைத் தோற்போமோ?" என்றாரே, அந்த மாமணிதான் வ.உ.சி.

> "எண்ணமெலாம் நெய்யாக எம்முயிரின் உள்வளர்த்த
> வண்ண விளக்கிஃது மடியத் திருவுளமோ?"

என்றாரே அந்த வண்ண விளக்குதான் வ.உ.சி.

பலாத்காரப் புரட்சி!

தமிழ் நாட்டில் தேசீயப் புரட்சியின் வித்தை விதைத்த சிதம்பரனாரை அரசாங்கம் சிறைக்குள் தள்ளியது. எனினும், புரட்சி அடங்கிவிடவில்லை. வெளிப்படையாக அறவழியில் நடைபெற்ற சுதேசிக் கிளர்ச்சியை சர்க்கார் அடக்கு முறையால் நசுக்கவே, அறப்புரட்சி ஆயுதப் புரட்சியாக மாறியது. சிதம்பரம் பிள்ளைக்கு விதிக்கப்பட்ட கொடுந்தண்டனை; திருநெல்வேலி குழப்பத்தில் சப்கலெக்டர்நடத்திய துப்பாக்கித் ‘திருவிளையாடல்’ ஆகியவற்றால் ஆத்திரம் கொண்ட இளைஞர்கள் இனி அறப்புரட்சி பயன்தராது என எண்ணி, ஆயுதப் புரட்சியில் ஈடுபடத் தீர்மானித்தனர். அதன் மூலம் நாடு விடுதலை அடையுமெனத் தவறான நம்பிக்கைகொள்ளலாயினர். இந்த இளைஞர்களின் கொள்கை பிள்ளையவர்களுக்கு உடன் பாடன்று.

சிதம்பரனார், அகிம்சையை மதமாகக் கொண்டவரல்லர். எனினும், ஆயுத பலங்கொண்டு ஆட்சி முறையைக் கவிழ்க்க வேண்டுமென்று அவர் கூறியதில்லை. அம்முறை இந்தியாவின் அப்போதைய நிலைமைக்குப் பொருந்தாதது என்பதும் அவரது கருத்து. பலாத்தார இயக்கத்தைப் பற்றி பிள்ளையவர்கள், ‘எனது அரசியல் பெருஞ் சொல்’ என்ற தமது நூலில் பின்வருமாறு கூறுகிறார்:–

> “ஒரு பேரரசின் துணையைப் பெற்றுப் போர் புரிதல், அல்லது தேசம் முழுவதும் ஒரே காலத்தில் புரட்சி செய்தல், சுய அரசாட்சிக்குச் செல்லும் வழி என்று சிலர் கூறுகின்றனர். அவ்வழிகள் தேச மக்கட்கும், பொருளுக்கும் அழிவும் கேடும் விளைவிப்பவை; நம் காங்கிரஸ் கோட்பாட்டுக்கு மாறுபட்டவை; நாம் கைக்கொள்ள முடியாதவை. ஆதலால், அவ்வழிகள் நாம் விரும்பும் சுய அரசாட்சியை அடைவதற்கும், நமது தேசத்தின் நிலைமைக்கும் பொருத்த மற்றவை என நாம் தள்ளி விடுவோமாக!”

திருநெல்வேலியில் நிகழ்ந்த குழப்பத்திற்கோ, இனி நாம் கூறப்போகும் பயங்கரக் கொலைக்கோ, பிள்ளை அவர்கள் எவ்விதத்திலும் காரணமல்லர் என்பதற்கு மேலே குறிப்பிட்டுள்ள அவரது கருத்தே சான்றாகும்.

தமிழகத்தில் சிதம்பரனார் தலைமையின்கீழ் சுதேசிக் கிளர்ச்சியும், அறவழிப்பட்ட அரசியல் புரட்சியும் நடைபெற்றுக் கொண்டிருக்கும் போதே, வேறு சிலர் ஆயுதப் புரட்சிக்குத் தயாராகி வந்தனர். சுதேசிக் கிளர்ச்சியின்மீது அரசாங்கத்தார் செலுத்தும் ஒவ்வொரு அடக்குமுறையும், ஆயுதப் புரட்சியாளர்களின் ஆவேசத்தை அதிகப்படுத்தி வந்தது.

வடக்கே மராட்டிய மாகாணத்திலும் வங்க மாகாணத்திலும் ஆயுதப் புரட்சியாளர் 1906ம் ஆண்டிலேயே செயலாற்றத் துவங்கி விட்டனர். 1908ம் ஆண்டு ஏப்ரல் மாதம் 30ந் தேதி பீகார் மாகாணத்தைச் சேர்ந்த முஜபர்பூரில் கென்னடி என்ற ஆங்கில மாதையும், அவரது மகளையும் வெடிகுண்டு வீசிக் கொன்றனர். கிங்ஸ்போர்டு என்ற ஜில்லா ஜட்ஜைக் கொல்லச் செய்த முயற்சியே தவறுதலாக அந்த மாதர்களைக் கொன்று விட்டது. இந்தக் கொலைகளுக்குக் காரணஸ்தரெனக் கருதப்பட்ட குதிராம்போஸ் என்ற பதினெட்டு வயது இளைஞன் தூக்கிலிடப்பட்டான். இதுபோன்ற அரசியல் கொலைகள்– கொள்ளைகள் அப்போது வட இந்தியாவில் அடிக்கடி நிகழ்ந்து வந்தன. தென்னிந்தியப் புரட்சியார்களுக்கும் இந்தச் சம்பவங்கள் உற்சாகம் அளித்திருக்க வேண்டும். ரௌலட் குழுவினர் வெளியிட்டுள்ள அறிக்கை, 1908 முதல் 1912 வரை, அதாவது சிதம்பரனார் சிறைப்பட்ட காலத்திலிருந்து அவர் விடுதலை பெறும்வரை தமிழகத்தில் நடைபெற்ற பலாத்காரப் புரட்சிகளைப் பற்றி விவரிக்கிறது. ஆனால், ரௌலட்குழுவின் அறிக்கையில் காணப்படுபவை அனைத்தும் உண்மையெனக் கொண்டு விடுவதற்கில்லை. ஏனெனில், பிரிட்டிஷ் ஆட்சியின் அடக்கு முறைப் பேயாட்டங்களுக்கு ஆதரவாகக் காரணங்களைக்

கற்பிப்பதே அந்த அறிக்கை தயாரித்தவர்களின் கருத்து, என்றாலும், சிதம்பரனாரை அரசாங்கம் சிறையில் தள்ளியதன் விளைவாக, தமிழ் இளைஞர்கள் கொண்ட ஆத்திரத்தை அந்த அறிக்கையால் உணரலாம்.

அபிநவ பாரத சங்கம்

தென்பாண்டி நாட்டில், அரசியல் ஆவேசம் கொண்ட இளைஞர்கள் ஒன்றுகூடி அபிநவ பாரத சங்கம் என்ற பெயரில் ஒரு இரகசிய ஸ்தாபனத்தை அமைத்துக் கொண்டனர். இந்தியாவின் விடுதலைக்காக தங்கள் உடல், பொருள், உயிர் அனைத்தையும் தத்தம் செய்வதாக சத்தியமும் மேற்கொண்டனர். அந்த சத்தியப் பத்திரத்தில் தங்கள் உடலிலிருந்து எடுத்து செந்நீரைக் கொண்டே கையொப்பமிட்டனர். இந்தப் புரட்சிக்காரர்கள் வசம் ஒரு அச்சகமும் இருந்தது. அதன் பெயர் “பரங்கி ஒழிப்பு அச்சகம்“ என்பதாகும். அந்த அச்சகத்திலிருந்துதான் புரட்சியாளர்களின் இரகசியப் பிரசுரங்கள் வெளியிடப்பட்டு வந்தன. இந்தப் பிரசுரங்களின் விளைவாக சென்னை அரசாங்கம் தேசபக்த இளைஞர்களை வேட்டையாடத் துவங்கிற்று. கரூர் கிருஷ்ணசாமி என்ற பிரபல தேசபக்தர் உள்பட நூற்றுக் கணக்கான இளைஞர்கள் மீது பலாத்காரக் குற்றங்கள் சாட்டி கடுந்தண்டனை விதித்தனர் அதிகாரிகள். சில புரட்சிக்காரர்கள் ரகசியப் போலீசாரின் கண்களுக்குத் தப்பி பிரஞ்சுத் தமிழகமான புதுச்சேரியில் அடைக்கலம் புகுந்தனர். இவர்களில், நீலகண்ட பிரமச்சாரி, சங்கர கிருஷ்ணையர், எம்.பி.திருமலாச்சாரி ஆகியவர்கள் முக்கியஸ்தர்களென ரௌலட் அறிக்கை கூறுகிறது. புதுச்சேரியிலிருந்த தமிழகத்துப் புரட்சிக்காரர்கள் லண்டன், பாரிஸ் போன்ற வெளிநாடுகளிலிருந்த இந்தியப் புரட்சிக்காரர்களோடு தொடர்பு வைத்துக் கொண்டனர். இந்தக் காலத்தில், லண்டனிலுள்ள “இந்தியா மாளிகை “இந்தியப் புரட்சிக்காரர்களின் பாசறையாக இருந்தது. விநாயக தாமோதர சவர்க்கார் இந்தப் புரட்சிக்காரர்களின்

தலைவராக இருந்தார். தமிழ் நாட்டுப் புரட்சி வீரரான வ.வே.சு.ஐயர் சவர்க்காரின் வலது கரமாகத் திகழ்ந்தார்.

தூத்துக்குடிப் புரட்சிக்குப் புத்துயிர் அளிப்பதில் லண்டன் இந்தியா மாளிகை கவனம் செலுத்தியது. புதுவையில் அடைக்கலம் புகுந்த புரட்சியாளர்களில் சிலர் பாரிஸ் வழியாக லண்டன் இந்தியா மாளிகை சேர்ந்தனர். 1910ம் ஆண்டு இறுதிக்குள் தென்னிந்தியப் புரட்சிக்கு 'இந்தியா மாளிகை'யில் திட்டம் உருவாகி விட்டது. லண்டனில் தங்கியிருந்த வ.வே.சு.ஐயர், சியாம்ஜி கிருஷ்ண வர்மா ஆகியோர் அங்கிருந்து பாரிஸ் வழியாக புதுச்சேரி வந்து சேர்ந்தனர். அதுமுதல் புரட்சிப் புயல் தென் பாண்டி நாட்டிலும் வீசத் தொடங்கிற்று.

கலெக்டர் ஆஷ் கொலை

ஆஷ் என்பவர், அப்போது திருநெல்வேலி கலெக்டராக இருந்தார். அவர் சப்-கலெக்டராக இருந்த போது செய்த கொடுமைகளுக்காகப் பழி வாங்குவதென்று புதுவையிலிருந்த புரட்சிக்காரர்கள் தீர்மானித்தனர். 1911ம் ஆண்டு ஜூலை 17ம் தேதி ஆஷ் ரயிலில் கோடைக்கானலுக்குச் சென்று கொண்டிருந்தார். ரயில் மணியாச்சி ஸ்டேஷனை அடைந்ததும் அதே வண்டியில் கலெக்டருடனேயே பிரயாணம் செய்து கொண்டிருந்த ஒரு இளைஞர் தமது கைத்துப்பாக்கியால் கலெக்டரைச் சுட்டுக் கொன்றார். மறுகணமே மலம் கழிக்கும் அறைக்குள் நுழைந்து தம் வாய் வழியாக சுட்டுக் கொண்டதால் தலை சுக்கல் சுக்கலாக நொறுங்கி மாண்டார். தம்மை அடையாளம் கண்டு பிடிப்பதன் மூலம் தமது புரட்சித் தோழர்களை அரசாங்கம் கைது செய்து விடாமல் தடுப்பதற்காகவே இந்தப் புதுமுறையான தற்கொலை உபாயத்தை அவர் கையாண்டார். ஆனால், அவரது எண்ணம் ஈடேறவில்லை. அவர் காட்டிலாகா அதிகாரியான செங்கோட்டை ரகுபதி ஐயரின் குமாரர் வாஞ்சிநாத ஐயர் என வழிப்போக்கர் ஒருவரால்

அடையாளம் கண்டு பிடிக்கப்பட்டார். சட்டைப் பையிலிருந்து பல கடிதங்கள் எடுக்கப்பட்டன. அதில், சிதம்பரனார் கடுந் தண்டனை பெறக் காரணமாக இருந்தார் என்பதற்காகவே, தாம் கலெக்டரைச் சுட்டுக் கொன்றதாக அவர் குறிப்பிட்டிருந்தார். மற்றும், தொடர்ந்து பலாத்காரப் புரட்சியில் ஈடுபட வேண்டுமென்ற வேண்டுகோளும், செயலாற்றும் திட்டங்களும் அக்கடிதத்தில் காணப்பட்டன.

கலெக்டர் ஆஷ் கொலையுண்ட செய்தி சிறையிலிருந்த சிதம்பரனாருக்கு எட்டியது. சுதந்திர ஆவேசத்தால் வீர இளைஞர்கள் பழி வாங்கும் பாதையில் சென்று தங்களைத் தாங்களே பலியிட்டுக் கொள்வதை அவர் விரும்பவில்லை. நாடாள வேண்டிய இளங் காளையர் நாசமாகின்றனரே என்று வருந்தினார். சிறையிலிருந்து அவர் திரு. சி.விஜயராகவாச்சாரியாருக்கு ஒரு கடிதம் எழுதினார். அதில், வெளியில் நடைபெறும் பலாத்காரச் சம்பவங்களைப் பற்றிக் குறிப்பிட்டிருந்த பகுதி பின்வருமாறு:–

> "நான் சிறைப்பட்ட பின்னும் என்னைப் பின்பற்றி சுதேசிக் கிளர்ச்சியை அறவழியில் நடத்திவரும் அன்பர்களுக்கு எனது வணக்கத்தைத் தெரிவித்துக் கொள்ளுகிறேன். ஆனால், எனது கோட்பாட்டுக்கு மாறாக, கொலைச் செயல்கள் நடைபெறுவதற்கு வருந்துகிறேன். நாம் போராடுவது பிரிட்டிஷ் ஆட்சிமுறையை எதிர்த்தேயாகும். ஆங்கில அதிகாரிகளைக் கொலை செய்வதால் அன்னிய ஆட்சி அழிந்து விடாது. கொடியவர்களா யினும், அவர்களது உயிருக்கும் தீங்கு செய்யக் கூடாதென்பதே எனது கோட்பாடு. இதைப் புரட்சியில் விருப்பமுடை யாருக்கு அறிவியுங்கள்."

இந்தக் கொலைக்குப் பிறகு போலீஸார் தீவிரமாகப் புலன் விசாரித்து கல்கத்தாவில் வசித்து வந்த தஞ்சை ஜில்லா எருக்கூர் நீலகண்ட பிரம்மச்சாரி, தென்காசி டி.எஸ் சிதம்பரம் பிள்ளை ('தினசரி' ஆசிரியர் திரு டி.எஸ். சொக்கலிங்கம் பிள்ளையின் தமையனார்) உள்பட மொத்தம் பதினான்கு பேர்களைக் கைது செய்தனர்.

திருநெல்வேலி, தூத்துக்குடி, தென்காசி, செங்கோட்டை ஆகியவிடங்களில் இரகசிய சங்கங்களை நிறுவியதாகவும், ஒரே சமயத்தில் தமிழ்நாட்டின் பலவிடங்களில் பலாத்காரப் புரட்சியை உண்டுபண்ண சதி செய்ததாகவும் இவர்கள் மீது குற்றங்கள் சாட்டப்பட்டன. இவ்வழக்கு செஷன்ஸ் கோர்ட்டாரால் விசாரிக்கப்பட்டு ஒன்பது பேர்களுக்குப் பலவித தண்டனைகள் விதிக்கப்பட்டன. ஐவர் விடுதலை பெற்றனர்.

9. விடுதலை

சிதம்பரம் பிள்ளையவர்கள் தமது தண்டனைக் காலத்தைக் கோயமுத்தூர், கண்ணனூர் சிறைகளில் கழித்துவிட்டு, 1912ம் ஆண்டு டிசம்பர் மாதம் விடுதலை யடைந்தார். பின்னர், சென்னையில் மயிலாப்பூர், சிந்தாதிரிப்பேட்டை, பெரம்பூர் ஆகிய பகுதிகளில் பல ஆண்டுகள் வசித்துவந்தார். சிதம்பரனார் சிறை மீண்டதும், சுப்பிரமணிய சிவாவைத் தவிர அவரை வாவென்றழைப்பார் எவருமிலர். பல ஆண்டுகள் சிறைக் கொடுமைகளை அனுபவித்து விட்டு வெளிவந்த சிதம்பரனாரைக் கண்டதும்,

"அப்பா சிதம்பரம், வந்தாயா!" என்று அன்புடன் அணைத்துக் கொண்டார் சிவா. இதுவன்றோ நட்பு!

இராஜத் துவேஷக் குற்றத்திற்குத் தண்டனை பெற்றதன் காரணமாக, வ.உ.சி.யின் வக்கீல் 'சன்னத்து' பறிமுதலா யிற்று. வருவாய்க்கு வேறு வழியின்றித் திண்டாடினார். அந்நாளில் தமக்குற்ற கஷ்டத்தைக் குறித்துத் தம் நண்பர் ஒருவருக்கு எழுதிய கடிதமொன்றில்

> வந்தகவி ஞர்க்கெல்லாம் மாரியெனப் பல்பொருளும்
> தந்த சிதம்பரமன் தாழ்ந்தின்று-சந்தமில்வெண்
> பாச்சொல்லிப் பிச்சைக்குப் பாரெல்லாம் ஓடுகிறான்
> நாச்சொல்லும் தோலும் நலிந்து.

எனக் கூறுகின்றார். சிறைக்கஞ்சாத அவர் நெஞ்சம் வறுமையை நினைத்து வாடியது. அவ்வறுமையிலும் கூட பிள்ளையவர்கள் பொது நலப் பணியில் ஈடுபடத்

தயங்கவில்லை. பெரம்பூர் ரயில்வே தொழிலாளர் சங்கத்தின் துணைத் தலைவராக இருந்து அவர்களது நலன்களுக்காகப் பல ஆண்டுகள் பாடுபட்டார். ஏற்கனவே பறிக்கப்பட்ட வக்கீல் 'சன்னத்து' நீதிபதி இ.எச். வாலஸ் என்பவரின் பேருதவியால் திரும்பக் கிடைத்தது. பின்னர் சில காலம் கோயில்பட்டியில் தங்கி வக்கீல் தொழில் புரிந்து மீண்டும் தூத்துக்குடியை அடைந்தார்.

ஒத்துழையாமைக்கு எதிர்ப்பு

கிலாபத் அநீதி, பஞ்சாப் படுகொலை, உதவாக்கரையான மாண்டேகு – செம்ஸ்போர்டு சீர்த்திருத்தம் ஆகியவற்றை எதிர்த்து பிரிட்டிஷ் சர்க்காருடன் ஒத்துழையாமைப் போர் துவக்க வேண்டுமென காந்தியடிகள் கருதினார். அதற்கான திட்டமொன்றையும் தயாரித்துத் தேசத்தினரின் முன்பாகச் சமர்ப்பித்தார். சட்டசபை, கலாசாலை, நீதிமன்றம் ஆகியவற்றைப் பகிஷ்கரிப்பதே அத்திட்டத்தின் முக்கிய அம்சங்கள்.

ஒத்துழையாமைத் திட்டத்தைப் பரிசீலனை செய்து முடிவு கூறுவதற்காக, 1920ம் ஆண்டு கல்கத்தா நகரில் விசேஷ காங்கிரஸ் மகாசபை கூடியது. இதற்குப் பிள்ளையவர்களும் பிரநிதியாகச் சென்றிருந்தார். ஒத்துழையாமைத் திட்டம் அவருக்குப் பிடிக்கவில்லை. அதன் எல்லாப் பகுதிகளையும் எதிர்த்தார்.

சுருங்கக் கூறின், காந்தியடிகளின் தலைமையிலேயே சிதம்பரனாருக்கு நம்பிக்கையில்லை. எனவே, மகாத்மாவைப் பின்பற்றுவதா; மனச்சாட்சியைப் பின்பற்றுவதா? என்ற பிரச்சனையில் அவர் முடிவுகாண வேண்டியிருந்தது. மகாத்மாவை விட மனச்சாட்சியையே பெரிதாக மதித்து அவர் காங்கிரசிலிருந்து விலகினார். ஆம்; மனச்சாட்சி வழி. பணிபுரிய அவர் காங்கிரஸை விட்டாரேயன்றி, மகாத்மா விடமோ அல்லது மற்ற தலைவர்களிடமோ பகைமை கொண்டு விலகவில்லை; காந்தியடிகளிடம் அவருக்கு வேறு எவரையும்விட அளவு கடந்த மதிப்பு

உண்டு. தாம் இயற்றிய கவிதையொன்றில், "உலகெலாம் புகழும் நலனெலாம் அமைந்த காந்திமா முனிவன்" எனப் போற்றுவதே இதற்குச் சான்று. அடிகளாரின் ஒழுக்க வாழ்வு அவரது உள்ளத்தைக் கவர்ந்தது. என்றாலும் காந்தியத்தின் ஆணிவேர்களான அகிம்சை, ஒத்துழையாமை ஆகிய தத்துவங்கள் வ.உ.சி.க்குப் பிடிக்கவில்லை. மேலும் சிதம்பரனார், திலகரின் மெய்த்தொண்டர். அவரையே அன்னை, தந்தை, குரு, தெய்வம் ஆகிய எல்லாமாகக் கொண்டவர் எனவே, திலகரின் கொள்கைக்கு எதிராகக் கிளம்பிய காந்தியத்தை அவர் ஏற்க மறுத்தது இயற்கையேயாகும். ஆனால், காந்தியத்தின் மேலிருந்த வெறுப்பு, காங்கிரஸ் வெறுப்பாக இறுதிவரை மாறவே இல்லை. அவர் ஆயுள் வரை காங்கிரஸ் மகாசபை ஒன்றையே தமது அரசியல் கட்சியாகக் கொண்டு அதன் வளர்ச்சிக்குத் துணை செய்து வந்தார்.

காந்தியடிகளும், தமது கொள்கையை முற்றும் ஏற்க மறுத்த வ.உ.சி.மீது அன்பு செலுத்திவந்தார். வ.உ.சி.யின் களங்கமற்ற உள்ளத்தை – தன்னலமற்ற தேசபக்தியை அடிகளார் அறிந்ததே இதற்குக் காரணமாகும். வ.உ.சி. தூத்துக்குடியில் புரட்சி நடத்திய காலையில், காந்தியடிகள் தென்னாப்பிரிக்காவில் இருந்து வந்தார். அந்தக் காலத்திலேயே வ.உ.சியும் காந்தியடிகளும் கடிதப் போக்கு வரத்து மூலம் நட்புக் கொண்டிருந்தனர். பின்னர் காந்தியடிகள் இந்திய அரசியலில் ஈடுபட்ட பிறகு, வ.உ.சியுடன் அவர் நேரடியாகத் தொடர்பு வைத்துக் கொள்ள வசதி ஏற்பட்டது.

கல்கத்தா விசேஷ காங்கிரஸில் காந்தியடிகளின் ஒத்துழையாமைத் திட்டத்திற்குப் பலமான எதிர்ப்பிருந்தும் அதிகப்படியான வாக்குகளால் தீர்மானம் நிறைவேறி விட்டது. பிள்ளைவயர்கள் சென்னைக்குத் திரும்பியதும் ஒத்துழையாமைத் திட்டத்தால் விடுதலைப் போர் வெற்றி பெறாதெனப் பத்திரிகைகளில் அறிக்கை வெளியிட்டு விட்டு காங்கிரசிலிருந்து விலகிக் கொண்டார்.

ஒத்துழையாமையைப் பற்றி பிள்ளையவர்களின் கருத்து பின் வருமாறு:–

> "நாம் அடைய விரும்பும் நமது உரிமைகளில் எதையேனும் அரசாங்கத்தார் நமக்குத் தந்தாலும் தர மறுத்தாலும், நாம் அவருக்கு வந்தனம் கூறி, நமது தேசநிர்வாக விஷயத்தில் அவரோடு "ஒத்துழைத்தல்" வேண்டுமென்று நமது கிழவர்கள் (மிதவாதிகள்) கூறுகின்றனர். இஃது தமக்குரியவற்றைப் பிறர் தரினும், தராவிடினும் அது தமது விதியென்று கருதி பிறர்க்குப் பண்பு செய்யும் கிழவர் செயல் போன்றது.

"நாம் அடைய விரும்பும் நமது உரிமைகள் அனைத்தையும் அரசாங்கத்தார் நமக்கு ஒருங்கே தரும் வரையில் நாம் அவரோடு நமது தேச நிர்வாக விஷயத்தில் ஒத்துழைக்க மறுக்க வேண்டுமென்று நமது தற்காலத் தலைவர்கள் (காந்தியடிகளும் அவரைப் பின்பற்றுவோரும்) கூறுகின்றனர். இந்த "ஒத்துழையாமை" தின்பண்டம் முழுவதும் தமக்குத் தரும் வரையில் அதன் ஒரு பகுதியை ஏற்காது தாய் தந்தையரோடு கோபித்துக் கொண்டிருக்கும் குழந்தைகள் செயல் போன்றது."

"நாம் அடைய விரும்பும் நமது உரிமைகளில் எதையேனும் அரசாங்கத்தார் நமக்குத் தருவதாயிருந்தால், அதற்காக நாம் அவர்க்கு வந்தனம் கூறி, அவரோடு உடன்பட்டு உழைத்தலும், எதையேனும் அவர் நமக்குத் தரமறுப்பின் அது விஷயத்தில் நாம் அவரோடு உடன்படாது மாறுப்பட்டிருத்தலும் வேண்டுமென்றே நாம் (திலகர் குழுவினர்) விரும்பு கிறோம். இச்செயல் தமக்குரியவற்றைத் தந்தபோது உவந்தும் தராதபோது வெகுண்டும் நிற்கும் காளையர் செயல் போன்றது. சுருங்கக்கூறின், ஒத்துழைத்தலும், ஒத்துழையாமையும் ஏககாலத்தில் நிகழவேண்டுமென்பதே நமது அவா"

மீண்டும் 1927ம் ஆண்டு இவர் காங்கிரசில் பிரவேசித்து,அவ்வாண்டு நடைபெற்ற சேலம் ஜில்லா

மூன்றாவது அரசியல் மகாநாட்டில் தலைமை வகித்தார். அவர் தமது தலைமையுரையில், "எனது கோட்பாடுகளுக்கு மாறான நீதிமன்ற பகிஷ்காரம், கலாசாலை பகிஷ்காரம், சட்டசபை பகிஷ்காரம் முதலிய பகிஷ்கார முறைகளெல்லாம் ஒன்றன்பின் ஒன்றாக நீங்கி, காங்கிரஸ் மகா சபை தனது கல்கத்தா விசேஷ மகாநாட்டிற்கு முன்னிருந்த நிலைமைக்கு வந்து விட்டபடியால் யான் திரும்ப காங்கிரசில் புகலாமென்று நினைத்தேன். சென்ற பல ஆண்டுகளாக ஒதுங்கியிருந்த யான் எவ்வாறு வெளி வருவது என்று சிந்தித்துக் கொண்டிருந்தேன்."

உடுக்கையிழந்தவன் கைபோல ஆங்கே
இடுக்கண் களைவதாம் நட்பு

என்றபடி எனது நண்பர்களாகிய நீங்கள் உங்களுடைய மகாநாட்டிற்குத் தலைமை வகிக்க வேண்டுமென்று எனக்குக் கட்டளை இட்டீர்கள்.

அக்கட்டளை எனக்குக் காலத்தினாற் செய்த நன்றியும், பழம் நழுவிப் பாலில் விழுந்தது போலும் ஆயிற்று. "தேச அரசாட்சியை மீட்பதற்காக தேச ஜனங்கள் சாத்வீக எதிர்ப்பைக் கைக்கொண்டு போராடும் காலத்தில் தேசாபிமான மில்லாது புறங்காட்டி ஓடுகின்றீரே" என்று என்னிடம் கேட்ட ஒரு பாரிஸ்டர் புன் மொழியும் ராஜாங்கத்தாரிடம் கைக்கூலி பெற்று தேசத்துரோகம் செய்து கொண்டிருக்கிறான் சிதம்பரம் பிள்ளை!" என்று பொருள்படும் படி எழுதிய ஒரு பத்திரிகாசிரியர் புன் மொழியும் இன்னும் என்னால் மறக்க முடியவில்லை. தேசாபிமான ஒளி நாளுக்கு நாள் வளர்வதேயன்றி குறைவதும் அவிவதும் இல்லை.

விளக்குப் புகவிருள் சென்றாங் கொருவன்
தவத்தின்முன் நில்லா தாம் பாவம்

என்றபடி தேசாபிமான ஒளி முன் தேசத்துரோக இருள் நில்லாது. இவ்வுண்மையினை அவர் அறிவாராக.

ஊக்கம் உடையான் ஒடுக்கம் பொருதகர்
தாக்கற்குப் பேருந் தகைத்து

என்று சிலர் என் சென்ற கால ஒடுக்கத்தைப் பற்றிக் கூறும் உயர்மொழியும், திலகருடைய சீடன் வெளிவந்துவிட்டான் என்று பலர் பேசும் உயர் மொழியும் என்னைச் சேரும்படியான நற்காலம் வந்ததற்காக யான் பெரிதும் அகமகிழ்கின்றேன்."

இந்த மாநாட்டிற்கு பிறகு யாது காரணத்தாலோ அவர் காங்கிரசுடன் தொடர்பு வைத்துக் கொள்ளாமலே இருந்து விட்டார்.

சிதம்பரனார், காங்கிரசை விட்டு விலகிய பின்னரும் திலகர் காட்டிய தேசியப் பாதையை விட்டு விலகிச் செல்லவில்லை. இறுதிநாள் வரை ஏகாதிபத்திய எதிர்ப்பாளராகவே இருந்து வந்தார். அந்நாளில், தென்னிந்தியாவில் ஆளும் கட்சியினராக விருந்த ஜஸ்டிஸ் கட்சியினர், வ.உ.சி.யைத் தங்கள் பால் இழுத்துக் கொள்ளப் பெருமுயற்சி செய்தனர். ஆனால் தேசீயம் ஒன்றையே தமது மூச்சாகக் கொண்டிருந்த பிள்ளையவர்கள் அந்த வகுப்புவாத அரசியல் கட்சியில் சேர மறுத்து விட்டார். பிராமணரல்லாத மக்கள் நலன்களைக் காப்பதில் வேறு எவரையும் விட அவர் அதிக அளவு அக்கரை கொண்டவர். பிராமணர்களை விட, பிராமணரல்லாதார் பல துறைகளிலும் பின்னணி யிலிருப்பது குறித்து வ.உ.சி.வருந்தினார். அந்த வருத்தத்தைப் பலமுறை வெளிப்படுத்திப் பேசியுமிருக்கிறார். ஆனால், பிராமணர்–பிராமணரல்லாதார் என்ற வகுப்புவாத அடிப்படையில் அரசியல் இயக்கம் நடத்துவதை அவர் அங்கீகரிக்கவில்லை.

10. குண நலன்கள்

அன்பும், அருளும், உழைப்பும், ஊக்கமும் கொடையும் வ.உ.சி.யிடம் ஒருங்கே அமைந்திருந்தன. நம் நாடு விடுதலை பெறவேண்டின் உடல், பொருள், உயிர் அனைத்தையும் தியாகம் செய்யச் சிலரேனும் முன் வரவேண்டுமென்பது அவரது கருத்து. "உடல், பொருள், ஆவி; உடல், பொருள், ஆவி" என்ற பல்லவியை வீணாக எல்லோரும் பாடுகின்றனர் உண்மையில் உடலையும், பொருளையும், ஆவியையும் நாட்டின் பொருட்டு வருத்திக் கொண்டார் சிதம்பரப் பெரியார். 'வறுமையை நீக்கு', 'உரிமைக்குப் போரிடு" "சிறைக்குச் சிறிதும் அஞ்சாதே" என்பன அவர் தம் உபதேசங்கள். காந்தியடிகளின் செல்வாக்கு காங்கிரசில் வலுத்த பிறகு, கருத்து வேறுபாட்டால் விலகி அஞ்ஞாத வாசம் புரிந்தாரேயன்றி, அந்நியக் கட்சி எதிலும் சேர்ந்தாரில்லை. ஏன்? அவர் விரும்பியதெல்லாம் நாட்டின் விடுதலை ஒன்றே. அவ்விடுதலை எவ்வழியில் எவர் மூலம் வந்தாலென்ன?

"எழுமை எழுப்பிறப்பும் உள்ளுவர், தங்கள் விழுமந் துடைத்தவர் நட்பு" என்னும் பொய்யா மொழிக்கு ஓர் எடுத்துக்காட்டாக விளங்கினார் வ.உ.சி. சுதேசிக் கப்பல் கம்பெனியின் வளர்ச்சியில் ஊக்கங் காட்டி உதவிய தூத்துக்குடி ஆறுமுகம் பிள்ளையின் பெயரைத் தமது பிள்ளைகளில் ஒருவருக்கு வைத்தார். ராஜத் துவேஷக் குற்றத்திற்காக சிறைத் தண்டனை யடைந்ததன் காரணமாக இழந்துவிட்ட தமது வக்கீல் சன்னத்தை திரும்ப வாங்கிக்

கொடுத்த நீதிபதி வாலஸ் துரையின் பெயரை மறவாது, தமது மற்றொரு புதல்வனுக்கு வாலீஸ்வரன் என்று நாமஞ் சூட்டினார். தமக்கு அவ்வப்போது வேண்டிய பொரு ளுதவி புரிந்துவந்த வேதியப்பப் பிள்ளையின் ஞாபகார்த்தமாகத் தமது மகளுக்கு வேதவல்லி என்ற பெயர் வைத்தார். இவ்வாறு பல்லாற்றானும் உதவி புரிந்த பலருக்கும் பிள்ளை தமது நன்றியைச் செலுத்தியுள்ளார்.

சிதம்பரச் செம்மல் இல்வாழ்க்கையை இனிது நடாத்திய நாளில், தம்மை நாடிவரும் எளியவர்க்கு இல்லையென்னாது ஈந்து வாழ்ந்தார். ஈகையும், இரக்கமும் பிள்ளையவர்களிடம் பொலிந்து விளங்கின. பிறர் துன்பங் கண்டால் மனம் பொறார். "வறுமையால் வருந்துகிறேன்." என்று எவர் வாயினின்று கேட்பினும், தம் கைப்பொருளை தமக்கென வேண்டாது தாராள குணத்துடன் வழங்குவார்.

ஒருநாள், ஒருவர் பிள்ளையவர்களை அணுகி "என் குழந்தையின் திருமணத்திற்கு நாள் வைத்துவிட்டேன்; கையில் ஒரு காசும் கிடையாது. ஓராயிரம் ரூபாய் தேவையிருக்கும். எப்படியாவது கொடுத்துதவ வேண்டும்" எனக் கவி மூலமாய் வேண்டினார். பிள்ளை, அப்போது தம்மிட மிருந்த ஓராயிரம் ரூபாயையும் உடனே கொடுத்து உதவி புரிந்தார். இவ்வாறே இவரது உதவியைப் பெற்ற புலவர் பலர், "நள்ளூர்ப் பழுத்த நற்றருவை நிகர்கரத்தாய்" என்றும் "இருவருடம் போருடம்பாயிருக்குமரனடி பரவி யிரப்போர்க்கெல்லாம் தருவருடம் போலுதவுஞ் சிதம்பர சம்பன்னா" என்றும் "அன்னதானப் பிரபென்றுயாவர்களும் கொண்டாடும், கர்ணன் சிதம்பரவேள்" என்றும் பலவாறு புகழ்ந்து பாடியுள்ளனர்.

சிதம்பரனார் ஒழுக்கத்தில் சிறந்த உத்தமர். தற்புகழ்ச்சி, ஆடம்பரம், பொறாமை, புறங்கூறல் ஆகிய தீ நெறிகள் அவர் நெஞ்சில் என்றும் இடம்பெறவில்லை. உண்மை உணர்தல், உணர்ந்தவழி நிற்றல், தீமையை எதிர்த்தல், பகைவருக்கும் அருளல் ஆகிய நன்னெறிகள் அவரிடம் நிரம்பி இருந்தன. மக்களிடையே தீநெறி போக்கி, நன்னெறி

பரப்புவதற்கென்றே "விவேக பாநு' என்ற மாதப் பத்திரிகை ஒன்றைச் சிறிது காலம் நடத்தினார். சிதம்பரனார் வேதாந்த மதத்தில் விருப்பங் கொண்டிருந்தார். சுவாமி வள்ளி நாயகம் என்பவர் வ.உ.சி.யின் பள்ளித் தோழர். வக்கீல் தொழில் நடத்திய போதும் இவ்விருவரும் இணைபிரியாத தோழர்களாகவே யிருந்தனர். பின்னர் வள்ளிநாயகம் வக்கீல் தொழிலைக் கைவிட்டு கரஷாயம் அணிந்து துறவியான போது, அவரையே தமது ஞானகுருவாகக் கொண்டு சமய சாத்திரங்களைப் பயின்றார்வ.உ.சி.

தன்னல மறுத்தலும் பிறர் நலம் பேணுதலும் பிள்ளையவர்களின் பிறவிக் குணம். தம்முடன் சிறைப்பட்ட சிவாவைச் சிறையில் விட்டுத் தாம் மட்டும் ஜாமீனில் வெளி வர மறுத்ததும், சுதேசிக் கப்பல் கம்பெனியை விட்டு விலகிக் கொண்டால் லட்ச ரூபாய் தருவதாக அந்நியக் கம்பெனியார் கூறியதை ஏற்க மறுத்ததும் எதனால்? தன்னலமற்ற தன்மையாலன்றோ! இவர் தேசத்தின் பொருட்டுத் தம் கைப்பொருளையும், வருவாயையும் இழந்து பரம ஏழையாக வாழ நேர்ந்தபோதும் பிறர் நலம் பேணுதலை விட்டொழித்தாரில்லை. ஒத்துழையாமைக் காலத்தில் கோயில்பட்டியில் வாழுகையில், சென்னை திரு எம். எஸ். சுப்பிரமணிய ஐயர் முதலியோர் மீது நடைபெற்ற அரச நிந்தனை வழக்கில் யாதொரு பிரதிப்பலனையும் கருதாது எதிர் வழக்காடினார்.

துப்பாக்கி பிடித்த சிப்பாயைக் கண்டால் 'அப்பா' என்றோடித் தப்பாது தலை மறைத்துக் கொள்ளும் இயல்புள்ள காலத்தில் – 'அடி அம்மா! வெள்ளைக் காரனுக்கு விரோதமாமே!' என்று விதிர் விதிர்க்கும் காலத்தில், பிள்ளையவர்களின் பெயர் ஒன்றே வெள்ளையரிடையே பேரச்சத்தை உண்டாக்கிற்று. "பிள்ளையின் பிரசங்கத்தையும் பாரதியாரின் பாட்டையும் கேட்டால், செத்த பிணம் உயிர்த்தெழும்; அடிமைப்பட்ட நாடு ஐந்தே நிமிடங் களில் விடுதலை பெறும்; புரட்சி ஓங்கி எழும்' என, இவரைத் தண்டித்த நீதிபதி பின்ஹே

கூறினாரென்றால், சிதம்பரனாரின் வீரம் செப்புந் தரத்ததோ?

வீரர்களின் வரலாற்றைக் கேட்பதிலும், அவர்களைப் போற்றிப் புகழ்வதிலும் சிதம்பரனாருக்கு விருப்பம் அதிகம். "பாம்பறியும் பாம்பின் கால்" என்ற பழமொழிக்கிணங்க, வீரக்கலையில் வித்தகரான சிதம்பரனார் தம்மையொத்த வீரர்களைப் போற்றிப் புகழ்ந்ததில் வியப்பென்ன இருக்கிறது? சிதம்பரனார் சிறையிலிருந்த காலத்தில் பண்ணோடு கலந்து பாடக் கூடிய கிரிமினல் கைதிகளைக் கூட்டி வைத்து, மதுரை வீரன், வீரபாண்டியக் கட்டபொம்மன் ஆகிய இருபெரும் வீரர்களின் வரலாற்றைக் கூறும் தெருக்கூத்து நூல்களைப் பாடச் சொல்லிக் கேட்பார். வரி வாங்க வந்த வெள்ளையரை எதிர்த்து,

"வானம் பொழியுது, பூமி விளையுது
மன்னனென் காணிக்கு கிஸ்தி ஏது ?"

என்று வல்லமை பேசிய கட்டபொம்மனின் வரலாறு பிள்ளையவர்களின் உள்ளத்தைக் கொள்ளை கொண்டது. அவர் தமது சுய சரிதையில்,

"அருந்திறன் நாட்டி ஆங்கில ரோடமர்
பொருந்திய கட்ட பொம்மு நாயகன்"

எனக் கூறிப் பாஞ்சாலங் குறிச்சியானின் வீரத்தைப் பாராட்டுகின்றார். மற்றும்,

"பாஞ்சால மன்னன் பண்புடன் அமர்ந்த
பாஞ்சால நகர் பக்கத்துள்ளது"

என்ற வரிகளில், வீரபாண்டியக் கட்ட பொம்மன் அரசாண்டதும், 'காகம் பறவாது கட்ட பொம்மன் சீமையின் மேல்' எனப் பெயர் பெற்றதுமான பாஞ் சாலங்குறிச்சி நகரத்தின் மதிற்புறத்துள்ளதே தாம் பிறந்த ஓட்டப்பிடாரம் என்று பெருமிதத்துடன் கூறுகிறார்.

தமிழ்த் தொண்டு

வீரச் சிதம்பரனார் வெறும் அரசியல்வாதி மட்டுமல்ல; சிறந்த கலைஞருமாவார். பேச்சுக் கலை, அவரது உடன்பிறப்பு; இலக்கியக் கலை வ.உ.சியின் இணை பிரியாத் தோழன்; காவியக்கலை, கப்பலோட்டிய தமிழனின் அல்லலைப் போக்கும் இல்லக்கிழத்தி, நாடகக்கலை. சிதம்பரனாரின் உள்ளத்தைக் கவரும் செல்வக் குழந்தை; வீரக்கலை, அவருக்கு மரபுவழி வந்த மதிப்பற்ற சொத்து. ஆம்; கலைப் பண்புகளே குடும்பமெனக் கொண்டு வாழ்வு நடாத்திய கலைஞராவார் வ.உ.சி.

சிதம்பரம் பிள்ளை, தமிழிடம் மிக்க பற்றுக் கொண்டிருந்தார். ஓய்ந்த நேரங்களில் தமிழ் மொழி வளர்ச்சிக்குப் பெரிதும் உழைத்து வந்தார். வ.உ.சி., சங்க இலக்கிய, இலக்கணங்களில் வல்லவர்; உண்மை உரை காணும் உரம் பெற்றவர்; மதுரைத் தமிழ்ச் சங்கப் புலவர்.

வ.உ.சி., தமிழில் சொற்சுவை, பொருட் சுவை கனிந்த பாக்கள் பல இயற்றியுள்ளார். கோயமுத்தூர், கண்ணனூர் சிறைகளில் பிள்ளையவர்களின் கல்லுடைத்ததோடு நிற்கவில்லை; கவிகளும் எழுதியது. சிறையிலிருக்கையில் தமக்குற்ற இன்னல்களைக் குறித்துத் தந்தைக்கும், தம்மைப் பிரிந்தமைக்கு வருந்த வேண்டா மென ஆறுதல் கூறி அன்னை, மனைவி, நண்பர்கள் முதலியோருக்கும் எழுதிய கவிகள், கேட்போரின் உள்ளத்தை உருக்கும் தன்மை வாய்ந்தனவாகும். மற்றும் ஈகை, உண்மை முதலிய ஒழுக்கப் பாக்களும், பதி பசு பாசச் செயல்கள், கடவுள் உண்மை, கடவுளுக்குக் காவற் றொழிலை அளித்தல் முதலிய சமயப் பாக்களுமாகத் தனிப் பாடல்கள் பல இயற்றியுள்ளார். மற்றும், அவர் இயற்றிய 'மெய்யறிவு' 'மெய்யறம்' போன்ற நீதி போதனை நூல்கள் யாவும் பண்டைக் கால நீதி நூற்களுக்கு நிகரானவையாகும்.

பிள்ளையவர்கள் அநேகருக்குத் தமிழ்க் கல்வி போதித்து வந்தார். தாம் சொல்லிக் கொடுத்தவற்றை

மறுநாள் ஒப்புவிக்க வேண்டும். இன்றேல் வேறு பாடம் நடத்த மாட்டார். இவரிடம் பாடம் கற்றுக் கொள்வது எல்லோருக்கும் எளிதல்ல. ராஜாஜி அவர்கள் சிதம்பரனாரிடம் திருக்குறள் பாடங்கேட்ட போது அவரது நிபந்தனைகள் பிடிக்காமையால், "எனக்குப் பாடஞ் சொல்லித்தரும் பொறுமை தங்களுக்கில்லை, தங்களிடம் பாடம் கேட்கும் பொறுமை எனக்குமில்லை" எனக்கூறி விடைபெற்றுக் கொண்டாராம்! இவர் திருக்குறளைப் பெரும்பாலும் மணக்குடவர் உரை கொண்டே விளக்குவார். பரிமேலழகர் உரையில் காலத்திற்குப் பொருந்தாத கருத்துக்களைக் கண்டிப்பார். அவ்விருவர் உரையும் பொருந்தாவிடில் தம் உரையைச் சொல்லுவார். தமிழ்க் கல்வியில் ஆர்வமுடையோருக்கு உண்டி உதவியும் உறுபொருள் கொடுத்துங் கற்பிப்பார். இதற்கு சுவாமி சகஜானந்தர் அவர்களே சான்றாகும்.

பிறநாட்டு நல்லறிஞர் சாத்திரங்களைத் தமிழ் மொழியில் பெயர்ப்பதில் பிள்ளையவர்கள் பெரிதும் ஊக்கங்காட்டி உழைத்து வந்தார். பிரசித்தி பெற்ற ஆங்கிலப் பண்டிதரான ஜேம்ஸ் ஆலன் அவர்களின் ஆங்கில நூற்களை, 'மனம் போல் வாழ்வு', 'அகமே புறம் 'வலிமைக்கு மார்க்கம்' என்ற யெர்களுடன் தமிழில் வெளி யிட்டுள்ளார். திருக்குறள் – அறத்துப்பாலை ஆங்கில மொழியில் பெயர்த்துள்ளார்.

செந்தமிழ் வல்ல சிதம்பரனார் அரிய தமிழ் நூல்கள் பலவற்றைத் தமிழ் மக்களுக்கு உதவுமாறு பதிப்பித்துள்ளார். அவை, திருக்குறள் – மணக்குடவர் உரை ௫ அறத்துப்பால்; தொல்காப்பியம் எழுத்து– சொல் பொருள் –இளம்பூரணம்; இன்னிலை ஆகிய நூற்களாகும்.

தமிழ் மொழி வளர்ச்சியில் மட்டுமின்றி, தமிழ் வழிப்பட்ட தொழில் வளர்ச்சியிலும் கப்பலோட்டிய தமிழர் கருத்துடையவராயிருந்தார். மருத்துவத் துறையில் தமிழ் (சித்த) வைத்தியத்திற்கு, முதலிடம் தரவேண்டுமென்பது பிள்ளையவர்களின் பேராவல். ஆங்கில மருத்துவர்

கடைப்பிடித்துவரும் எக்ஸ்ரே, ஆப்பரேஷன் முதலிய நவீன முறைகளைத் தழுவி சித்த வைத்தியம் புத்துயிர் பெற வேண்டுமென்பதைச் சமயம் வாய்த்த போதெல்லாம் வற்புறுத்தி வந்தார்.

"எனது நீண்ட கால அனுபவத்தில் தமிழ் நாட்டின் சீதோஷ்ண நிலைக்கும் தமிழ் நாட்டினரின் சரீர இயற்கைக்கும் பொருத்தமான வைத்தியம் தமிழ்ச் சித்த வைத்தியமே என்று யான்கண்டுள்ளேன். தமிழ்ச் சித்தர்கள், தமிழ் நாட்டிலே பிறந்து, வளர்ந்து, வாழ்ந்து, தமிழ் நாட்டினுடைய நிலைமையையும் தமிழ் மக்களுடைய பழக்க வழக்க ஒழுக்கங்களையும் நேரில் அறிந்து வைத்தியம் செய்து வைத்திய நூல்கள் எழுதி வைத்தவர்கள். ஆனபடியால், அவர்கள் வைத்தியம் தமிழ் நாட்டிற்கு மிகப் பொருத்தமாக இருக்கிறது. இன்னமும் தமிழ் வைத்திய நூல்களெல்லாம் பாக்களாகவே இருக்கின்றன. அவற்றை வசன நடையில் எழுதி வெளிப்படுத்துவதற்கும், தமிழ் சித்த வைத்திய மாணவர்களுக்குத் தற்கால மேனாட்டு முறைப்படி ரணவைத்தியம் (Surgery) இன்னும் அதிகமாக கற்பிக்கும் படிக்கும் அரசாங்கத்தார் ஏற்பாடு செய்ய வேண்டும். ஒவ்வொரு பெரிய கிராமத்திலும், பல சிறிய கிராமங்களை ஒன்று சேர்த்து அதன் மத்திய இடத்திலும் சித்த வைத்தியசாலைகள் அமைக்க ஸ்தல ஸ்தாபனங்கள் முன்வர வேண்டும்." எனத் தமது நூலொன்றில் குறிப்பிட்டுள்ளார்.

11. மீளாப் பிரிவு

வீரச் சிதம்பரனார் பாரத நாட்டின் மீது பற்றுக் கொண்டதன் விளைவாக அவர் அடைந்த பரிசு என்ன? வறுமையும், பிணியுமாம்! உண்மைத் தேச பக்தருக்கு வேறு என்ன கிடைக்கும்? இதையறிந்தே,

"பஞ்சமும் நோயும்நின் மெய்யடி யார்க்கோ
பாரினில் மேன்மைகள் வேறினி யார்க்கோ?"

என்று இறைவனை நோக்கி முறையிட்டார் பாரதியார்.

1936ம் ஆண்டில் சிதம்பரனார் நோய்வாய்ப்பட்டார். ஒரு திங்களுக்கு மேலாகவே படுக்கையில் கிடந்தார். பாரத அன்னையின் அடிமைப் பிணியகற்ற பாடுபட்ட அண்ணல் தன் பிணி போக்கும் வகையறியாது வருந்தினார். நாட்டுப் பணியில் நாட்டங்கொண்ட நாள் முதலாக இன்னலன்றி இன்னொன்றறியாத அப்பெரியாருக்கு இறுதி நாள் வந்துற்றது. மருத்துவர்கள் கைவிட்டனர்; மனைவி மக்கள் கண்ணீர் விட்டனர். சுற்றத்தாரும், நண்பர்களும் சூழ இருந்து அழுகின்ற மனைவி, மக்களுக்கும் ஆறுதல் கூறினர். இந்நிலையில், நவம்பர் 18ந்தேதி நள்ளிரவில் கப்பலோட்டிய தமிழர்– கன்னித் தமிழ் வளர்த்த கவிஞர்– மாற்றலர்க் கஞ்சாத மறவர்–வ.உ.சிதம்பரனார் இம் மண்ணுலக வாழ்விலிருந்து விடுதலை பெற்றார். "சொந்த நாட்டிற் பரர்க்கடிமை. செய்து துஞ்சிடேன்" என்று கூறிய வாய் அடைத்தது; ஏழை மக்களின் இன்னல் கண்டு நீருகுத்த கண்கள் மூடின; தமிழ் மணங் கமழும் திருமேனி பிணமானது.

தமிழ்நாட்டின் தனிப்பெருந்தலைவர் சிதம்பரனாரின் மரணச் செய்தி திருநெல்வேலி, தூத்துக்குடியெங்கும் பரவியது. அன்றொரு நாள், "சிதம்பரனார் சிறைப்பட்டார்!" என்ற செய்தியைக் கேட்டதுமே வெறி கொண்டு புரட்சி விளைவித்த மக்கள், அவரது மீளாப் பிரிவைச் சகிப்பரோ? பிள்ளைபால் அன்பு கொண்ட மக்கள் அவரது இல்லத்தையடைந்து, தங்கள் வீரத் தலைவரை, அரசனுக்கும் தலை வணங்காத ஆண்மையாளரை, கடலிலே கப்பலோட்டிய கர்ம வீரரை, புலவர்களின் வறுமை தீர்த்த புரவலரைத் தரிசித்துத் தங்கள் கடைசி வணக்கத்தைத் தெரிவித்தனர்.

சிதம்பரனார், தமது ஆவி பிரியும் முன்னர் கவியரசர் பாரதியாரின் தேசீயப் பாடல்களைப் பாடச் சொல்லிக் கேட்டு உள்ளம் பூரித்தார்.

சிதம்பரனார், நாத்திகர் அல்லர்; பழுத்த ஆத்திகர். ஆனால், ஆளுக்கொரு தெய்வம், நாளுக்கொரு சடங்கு என்ற போலிச் சமய வாதிகளின் கொள்கை அவருக்கு உடன்பாடன்று. அவர் கண்ட சமயம், மக்கள் சமுதாயம்; அவர் போற்றிய வேதம், திருக்குறள்; அவர் கடைப்பிடித்த சமய நெறி எம்மதத்தையும் சம்மதமாகக் கொள்ளும் சன்மார்க்க நெறி. மற்றும் ஏழை எளியவர்களுக்குத் தொண்டு செய்வதே இறைவனுக்குச் செய்யும் வழிபாடாகக் கருதினார் வ.உ.சி.

உயிர்விடுந் தருவாயில், தேவாரத்தையோ, திருவாசகத்தையோ பாடச் சொல்லிக் கேட்பர் சைவர்கள், அது போலவே, பிரபந்தம் ஓதக் கேட்பர் வைணவர்கள். ஆனால், சிதம்பரனாரோ பாரதியாரின் நாட்டுப் பாடலைப் பாடச் சொல்லி கேட்டுக் கொண்டே உயிர் நீத்தார். "எந்தையும் தாயும் மகிழ்ந்து குலாவி இருந்தது மிந்நாடே" என்று துவங்கும் பாடலும் "என்று தணியு மெங்கள் சுதந்தர தாகம்' என்ற முதலடி கொண்ட பாடலும்தான் வ.உ.சி கேட்ட கடைசிக் கவிதைகள்.

"சாவதற்கு முன்னர் சுதந்தரத்தைக் காணக் கொடுத்து வைக்காமற் போனேனே!" என்று கண்களில் நீர் ததும்பக் கூறிய சொற்களே அவர் வழங்கிய கடைசிச் சொற்கள்.

பிள்ளையவர்கள், இம்மண்ணுலகை விட்டுப் பிரியுந்தருவாயில், அதாவது 1936ம் ஆண்டிலேயே, "கூடிய சீக்கிரத்தில் உண்டாகும் உலக யுத்தத்தின் மூலம் இந்திய நாடு சுதந்தரம் எய்துவது திண்ணம்" என்று கூறிப்போனார். இவரது ஆழ்ந்த அரசியல் அறிவையும், கனிந்த நாட்டுப் பற்றையும் என்னென்று கூறுவது! பிள்ளையவர்கள் இறப்பதற்குச் சில நாட்களுக்கு முன்னர் அவரது தோழரான தூத்துக்குடி மாசிலமாணிப் பிள்ளை, சிதம்பரனாரின் உடல் நலம் விசாரிக்க அவரது இல்லஞ் சென்றார். அப்போது வ.உ.சி. தமது நண்பரை நோக்கி, "தம்பி, பசிப் பிணியின் கொடுமை இன்னதென்று அனுபவவாயிலாக நீ அறிந்திருக்கிறாயா?" என்று கேட்டார். அதற்கு மாசிலாமணிப் பிள்ளை, "அண்ணா, அந்த அனுபவம் எனக்குக் கிடையாது' என்று பதில் கூறினார். "சரி, நான் சொல்லுகிறேன் கேள்" என்று சிதம்பரனார் பின்வருமாறு கூறினார்:–

"அக்காலத்தில் கம்பர் திக்விஜயம் செய்த போது ஒரு கிராமத்தில் தங்க நேரிட்ட சமயத்தில் ஒரு நாள் அதிகாலையில் படுக்கையை விட்டு எழுந்து வெளியே உலாவச் சென்றார். வழியில் ஒரு வீட்டினின்று இளம் பெண்ணின் அழுகுரல் கேட்டது. அவ்வழுகையினூடே, ஒப்பாரியாகச் "சில்லென்று பூத்த" என்ற வார்த்தைகள் அவள் வாயினின்றும் வெளிக் கிளம்பியதும், அடுத்த வார்த்தைகள் வெளிவராதவாறு அவள் வாயை யாரோ பொத்தி அழுகையை அடக்கி விட்டனர். அதை அறிந்த கவிச் சக்கரவர்த்தி கம்பர், "சில்லென்று பூத்த" என்ற சொற்களில், கவிச்சுவை பொருந்தி யிருந்தமையால் அதன்பின்னர் அவள் சொல்ல விரும்பியது எதுவாக இருக்கலாமென்பதை அறிய ஆவல் கொண்டார். ஆனால், அவரது கற்பனைக்கு அது எட்டவில்லை. அக்கம் பக்கத்து

வீட்டார்களை அணுகி தமது மன நிலையைத் தெரிவித்து அதைத் தெரிந்து கொள்ள என்ன செய்யலாமென்று கேட்டார். அவர்கள் அந்த அழுகுரல் சமீபத்தில் தன் கணவனையிழந்த இளம் விதவையினுடையதெனவும், கணவனையிழந்த பெண்கள் அதிகாலையில் விழித்தெழுந்து அழுது வருவது வழக்கமெனவும், அங்ஙனம் அழுவதை நிறுத்துவது பக்கத்திலிருக்கும் வயதான பெண்களின் கடமை எனவும் தெரிவித்தனர். கம்பர், மறுதினமும் அதிகாலையில் அங்கே சென்று அந்த வீட்டின் தெருத் திண்ணையில் தங்கியிருந்தார். வழக்கம்போல அழுகைக் குரல் ஒப்பாரி ஓசையுடன் வெளிக் கிளம்பிற்று. அவரது அதிர்ஷ்டவசமாக, அவள் வாயைப் பொத்த ஆட்கள் சற்றுப் பின்தங்கி வர நேரிட்டது, எனவே, அவ் விதவைப் பெண்ணானவள் ஒப்பாரியில்,

"சில்லென்று பூத்த சிறுநெருஞ்சிக் காட்டினுள்ளே
நில்லென்று சொல்லி நிறுத்திவைத்துப் போனீரே''

என்று பெருமூச்செறிந்து புலம்பியழுதாள்" இந்த வரலாற்றைக் கூறி முடித்ததும் சிதம்பரனாரின் கண்களிலிருந்து நீர்பெருகியது. "இம்மாதிரி கண்ணீருகுத்துக் கதறியழுது தங்கள் காலத்தைக் கடத்திவரும் குடும்பங்கள் நம் நாட்டில் கோடி கோடியாக மலிந்து வருகின்றனவே! அவர்கள் துயர் என்று தீருமோ!' எனக் கூறி விம்மி விம்மி அழுதார். நண்பர் திரு. மாசிலாமணிப் பிள்ளை சிதம்பரனாரின் செயல்கண்டு திடுக்கிட்டு, "அண்ணா! உங்கள் உடல் வலி குறைந்து படுக்கையிலிருக்கும் சமயம் இவ்வாறு கவலைப்படுவது கூடாது, உடல் அதிர்ச்சியுறும் " என ஆறுதல் கூறித் தேற்றினார்.

இறக்குந் தருவாயிலும் ஏழை மக்களின் இன்னல் நினைந்து கண்ணீருகுத்தார்; அந்த இன்னலெல்லாம் தீர்ந்து அவர்கள் இன்ப வாழ்வு எய்தும் நாள் எந்நாளோ என்று ஏங்கினார் சிதம்பரனார்.

12. வ.உ.சி.புகழ் வாழ்க!

சிதம்பரம் பிள்ளை, நாட்டின் விடுதலை இயக்கத்தில் சேர்ந்து செய்த தியாகம் கொஞ்சமன்று. அவரது தேச பக்தி களங்கமற்றது. சிதம்பரம்பிள்ளை, தேச பக்தர்களுக்கு மதிப்பற்ற காலத்தில், தேசபக்தராய் திகழ்ந்தார். எவரும் காணாத் தனியிடத்துங்கூட, வந்தேமாதரம், என்று உச்சரிக்கவும் பயந்த காலத்தில், ஆங்கிலக் கலெக்டர் விஞ்சின் முகத்தெதிரே "வந்தே மாதரம் என்றுயிர் போம்வரை வாழ்த்துவேன்" என்று அஞ்சாது கூறினார். பாமர மக்கள் காங்கிரசில் புகாத அந்நாளில் ஞ் ஆங்கிலத்தில் பேசுவதே பெருமை, தமிழில் பேசுவது சிறுமை என்று எண்ணிய காலத்தில் பாமர மக்களைக் கூட்டி வைத்துப் பசுந்தமிழில் பேசிச் சுதந்தரப் போருக்குத் தமிழர்களைத் தட்டியெழுப்பிய பெருமை சிதம்பரனாரின் தனியுரிமை.

வீரச் சிதம்பரனாரை அந்த நாளில் வட நாட்டார் அறிந்து கொண்ட அளவு தமிழ் நாட்டார் தெரிந்து கொள்ளவில்லை எனத் துணிந்து கூறலாம். இதற்குச் சான்றாக சில சம்பவங்களை இங்கு எடுத்துக் கூறுவோம்:

சூரத் காங்கிரஸின்போது பிரதிநிதிகள் விடுதியில் மகான் அரவிந்தர், லாலா லஜபதி போன்ற தீவிரவாதத் தலைவர்களும், வேறு பல பிரதிநிதிகளும் உட்கார்ந்திருந்தனர். அச்சமயத்தில், அரவிந்தர் அங்கிருந்தவர்களை நோக்கி

"Where is my pillai?" (‘என் பிள்ளையவர்கள் எங்கே?’) என்று கேட்டார். யாவரும் சற்றுத் திகைத்திருந்தனர். உடனே அரவிந்தர் விளக்கமாக "அவர்தான், புகழ்பெற்ற தேசபக்தர் தூத்துக்குடி சிதம்பரம் பிள்ளை" என்றார். எல்லோருக்கும் இவ்வார்த்தைகள் தூக்கி வாரிப்போட்டதைப் போலிருந்தன. பிள்ளையவர்களும் அங்கு வந்து சேர்ந்தார். அரவிந்தர் அவரை அன்போடு அணைத்துக் கொண்டார்.

1935ம் ஆண்டில், காங்கிரஸ் தலைவர் பாபு ராஜேந்திர பிரசாதர் தூத்துக்குடிக்கு வந்திருந்தபோது, பிள்ளையவர்கள் நோயுற்றிருப்பதாகக் கேள்விப் பட்டதும், தாமே சிதம்பரனாரின் இல்லஞ் சென்று கண்டு பேசினார். ‘சிதம்பரம் பிள்ளை வாழும் தூத்துக்குடிக்கு வரும் பாக்கியம் எனக்குக் கிடைத்தது. அவர் சிறைசென்றதாகப் பத்திரிகைகளில் பார்த்த தேசாபிமான ஆர்வங் கொண்டவர்களில் யானும் ஒருவன்’ என்று ராஜேந்திரர் அன்று மாலை நடந்த பொதுக் கூட்டத்தில் கூறினார்.

பாரதியாரின் சதந்தரப் பாட்டே சிதம்பரனாரின் காதுகள் கேட்ட கடைசிப்பாட்டு. அவர், தமது படுக்கையைச் சூழ்ந்திருந்த தேசபக்கதர்களுக்கே கடைசி வணக்கத்தைச் செலுத்தி விடை பெற்றுக் கொண்டார். ஆம், சிதம்பரனார் தமது இறுதிக் காலத்திலும் காண விரும்பியது சுதந்தரம்; கேட்க விரும்பியது பாரதியாரின் பாடல்; வணங்க விரும்பியது தேச பக்தர்கள் கூட்டம்; என்னே அவரது தேசபக்தி!

"வெள்ளையரே வெளியேறுங்கள்" என்று பிற்காலத்தில் நாடு முழுவதும் கிளம்பிய கோஷத்திற்கு வித்தூன்றிய முதல் தலைவர் சிதம்பரனாரே என்பதை நீதிபதி பின்ஹேயும், கலெக்டர் விஞ்சும் கூறியிருப்பதைக் கொண்டே அறியலாம். வாழ்க வ.உ.சி.புகழ்!

சிதம்பரனாருக்கு நினைவுச் சின்னங்கள்

வ.உ.சிதம்பரனார் தமது வாழ்வின் இறுதிக் காலத்தில் அரசியலிலிருந்து விலகியிருந்த காரணத்தால் மக்கள்

அப்பெரியாரை மறந்தனர். அவர் மறைந்த மூன்று ஆண்டுகள்வரை அவரது நினைவு நாளைக் கொண்டாடக் கூட தமிழகத்து அரசியல்வாதிகள் நினைத்தார்களில்லை. ஆனால், இந்த நிலைமை நெடுநாள் நீடித்திருக்வில்லை. 'நன்றி மறப்பது நன்றன்று', 'எந்நன்றி கொன்றார்க்கும் உய்வுண்டாம், உய்வில்லை செய்ந் நன்றி கொன்ற மகற்கு' என்ற வள்ளுவர் கட்டளைப்படி சென்னை மக்கள் சிதம்பரனார் செய்த சேவைக்கு நன்றி செலுத்தும் பொருட்டு சிலை எடுத்துப் போற்றலாயினர்.

1939ம் ஆண்டு டிசம்பர் மாதம் 21ந்தேதி சென்னை ஜில்லா காங்கிரஸ் கமிட்டியார் ராயப்பேட்டை காங்கிரஸ் மண்டபத்தில். சிதம்பரனாருக்கு அழகிய முக உருவச் சிலையொன்று அமைத்து வைத்தனர். திரு.எஸ். சத்தியமூர்த்தி தலைமையின் கீழ் டாக்டர் டி.எஸ். எஸ்.ராஜன், சிதம்பரனாரின் சிலையைத் திறந்துவைத்துப் பேசுகையில்,

> "சிதம்பரனார் தூய தமிழர். தமிழருக்குரிய ஆண்மையும், ஆற்றலும் ஒரு வடிவமெடுத்து கண்ணுக்குத் தோன்றுமானால், அது சிதம்பரம் பிள்ளையைப் போலத்தான் தோன்றும். நான் இங்கிலாந்தில் இருந்த போதும்; அதற்குப்பின்னர் கொஞ்சநாள் வரையிலும் அரசியலில் புரட்சிக்காரனாகவே இருந்தேன். அதற்குக் காரணம் சிதம்பரம் பிள்ளை நடத்திய தூத்துக்குடிப்புரட்சியேயாகும். எனவே சிதம்பரனார், எனது முதல் அரசியல் குரு என்பதைப் பெருமையுடன் சொல்லிக் கொள்கிறேன். சிதம்பரனார் நம் கண்ணிலிருந்து மறைந்தாலும் அவரது ஆவி நம்மைச் சுற்றி உலவுகின்றது. நாம் நடத்தும் சுதந்தரப் போரில் சிதம்பரனார் ஆவி வடிவில் வந்துநின்று நமக்குத் துணை புரிகிறார் என்று நான் திடமாக நம்புகிறேன்."

என்று குறிப்பிட்டார். விழாவிற்கு, சேலம் திரு.சி. விஜயராகவாச்சாரியார் அனுப்பியிருந்த, செய்தியில்.

"சிதம்பரம் பிள்ளையை நான் நன்கறிவேன். மாசு மருவற்ற தேசபக்தர். கள்ளமற்ற நெஞ்சுடையார். அவரது வீரப் புரட்சியை இப்போது நினைத்தாலுங்கூட எனக்கு உணர்ச்சி மேலிடுகிறது. அப்பெரியார், தமிழ்நாட்டார் சிலை எடுத்துப் போற்றுவதற்குத் தகுதியுடைய வீரராவார்"

என்று குறிப்பிட்டிருந்தார். சிதம்பரனார் அரசியலிலிருந்த காலத்தில் அவரோடு கைகோர்த்து நின்று கடமையைச் செய்த பெருமக்கள் அனைவரும் விழாவுக்கு ஒருமிக்க வந்திருந்தனர்.

நாமக்கல் கவிஞர் வெ.ராமலிங்கம் பிள்ளை, சுவாமி சுத்தானந்த பாரதியார் போன்ற புலவர் பெருமக்களும் தங்கள் கவிதைகளைச் சிதம்பரனாரின் விழாவுக்குக் காணிக்கைகளாக அனுப்பியிருந்தனர்.

சுதந்தர இந்தியாவிலும், மக்கள் வீரச் சிதம்பரனாரை மறந்து விடவில்லை. "ஜலப் பிரபா" என்ற கப்பலைக் கடலில் மிதக்க விட்டபோது, இந்தியத் துணைப் பிரதமர் சர்தார் பட்டேல், அடிமை இந்தியாவில் ஆங்கிலேயருக்கு எதிராகக் கப்பலோட்டிய வ.உ.சி.யின், வீரத்தைப் பாராட்டிப் பேசினார்.

மற்றும், தூத்துக்குடிக்கும் சிங்களத்திற்குமாகப் போக்குவரத்து செய்ய தாங்கள் வாங்கிய முதற்கப்பலுக்கு "வி.ஓ.சிதம்பரம்" என்று பெயர்வைத்தனர் தென்பாண்டி வணிகர்கள். 9.2.49ல் கவர்னர் ஜெனரல் ராஜாஜி, 'வீரர் வ.உ.சி.புகழ் வாழ்க!' என்று ஐம்பதாயிரம் மக்கள் செய்த ஆரவாரத்திற்கிடையே தூத்துக்குடிக் கடலில் அக்கப்பலை மிதக்க விட்டார். அடிமை இந்தியாவில் கப்பலோட்டியதற்காக சிதம்பரனாருக்குக் கடுந்தண்டனை விதித்தனர் ஆட்சியாளர்.. சுதந்தர இந்தியாவிலோ கவர்னர் ஜெனரல் "வி.ஓ.சிதம்பரம்" என்ற பெயர் தாங்கிய கப்பலை தூத்துக்குடி கடலிலே மிதக்க விட்டு வ.உ.சியின் புகழை வாயாரப் பேசினார். ஆம்; சிதம்பரனார் கண்ட கனவு பலித்தது.

வ.உ.சி.துவக்கி வைத்த சுதந்தரப்போர் வெற்றி பெற்றுவிட்டது. அவர் வெளியேற்ற விரும்பிய வெள்ளையர் கூட்டம் இந்தியாவை விட்டு வெளியேறிவிட்டது. விடுதலைபெற்ற இந்தியாவில் தமிழ் மக்களாகிய நாம் தலைவர் சிதம்பரனாருக்கு அளிக்கும் காணிக்கை என்ன? செம்பொற் சிலையா? பளிங்கு மண்டபமா? வாணிபக் கப்பலா? இல்லை; இல்லை. அவை என்றேனும் ஒரு நாள் அழியக் கூடியவையே. சிதம்பரனாரின் நினைவாக நாம் உருவாக்கும் சின்னம் அழியாத புதிய தமிழகம். ஆம்; குமரி முதல் வேங்கடம் வரையுள்ள புதிய தமிழகம். தமிழர்களே! அந்தப் புதிய தமிழகத்தை உருவாக்கப் பாடுபடுங்கள்; சிதம்பரனாரின் ஆண்மைமிக்க வரலாறு நமக்கு வழி காட்டும்; அவரது ஆவி நமக்கு ஆசி கூறும்.

வாழ்க தமிழினம்! வாழ்க தமிழகம்!
வாழ்க வ.உ.சி.புகழ்!